சுராவின்

வாஸ்து சாஸ்திரம்

எழுதி வழங்கியவர் :
தொ.சி. குப்புசாமி

சுரா பதிப்பகம்
(An imprint of Sura College of Competition)
சென்னை

வாஸ்து சாஸ்திரம்

VAASTHU SAASTHIRAM

(Building Science)

by **T.S. Kuppusamy**

© வெளியீட்டாளர்கள்

இந்தப் பதிப்பு : பிப்ரவரி, 2023

அளவு : 1/8 கிரவுன்

பக்கங்கள் : 96

ISBN: 81-7478-210-9

குறியீடு : W 19

(வெளியீட்டாளர்களின் எழுத்து மூலமான அனுமதி இன்றி இப்புத்தகத்தை மறுபதிப்புச் செய்யவோ, வேறு மொழிகளில் மொழிபெயர்க்கவோ, அச்சடிக்கவோ, போட்டோகாபி செய்யவோ கூடாது)

சுரா பதிப்பகம்

தலைமை அலுவலகம்: 1620, 'ஜே' பிளாக், 16-ஆவது பிரதான சாலை, அண்ணா நகர், சென்னை-600 040. ☎ 91-44-48629977, 42043273

ஸ்ரீ மாருதி கிராபிக்ஸ், சென்னை – 600 032–இல் அச்சடிக்கப்பட்டு, **சுரா பதிப்பகத்திற்காக**

1620, 'ஜே' பிளாக், 16–ஆவது பிரதான சாலை, அண்ணா நகர், சென்னை – 600 040 இல்

திரு. வீ.வீ.கே. சுப்புராசு அவர்களால் வெளியிடப்பட்டது.

தொலைபேசி எண் : **91–44–48629977**

email: enquiry@surabooks.com; suracollege@gmail.com;

website: www.surabooks.com

02 23 500

விநாயகர் துதி

அயனும்	எழுதி	விட்டான்	தலைவிதி
பயனை	யறியா	மாந்தர்	தமக்கு
மயனும்	தந்தான்	**மனையடி**	**சாத்திரம்**
வியத்தகு	முறையில்	விமோசனம்	பெறவே

சாத்திரம்	வழுவா	மனையில்	வாழ்ந்து
நித்திய	சுகமும்	நீடித்த	யோகமும்
புத்திர	நலனும்	புகழும்	பூத்திட
சித்தி	விநாயக	ரருளைப்	பெறுவோம்.

- **தொ.சி. குப்புசாமி**

அஷ்ட திக்கு பாலர்கள்

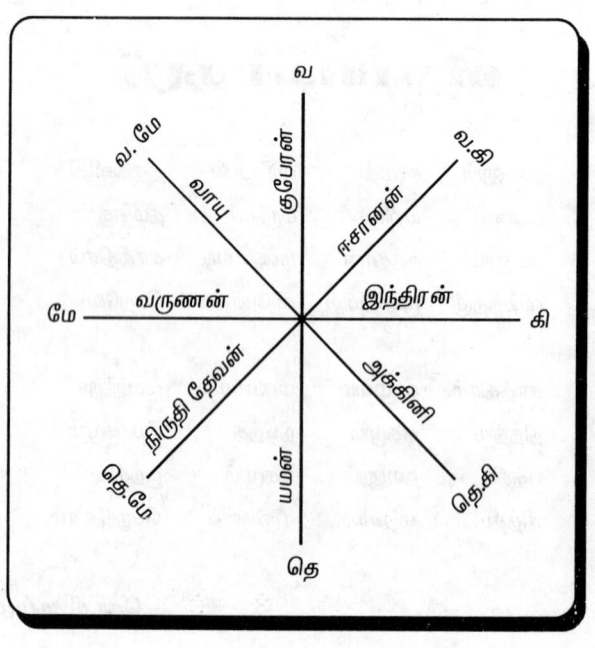

முகவுரை

ஒரு மனிதனின் பண்பை உருவாக்குவது பாரம்பரியமும், சுற்றுச் சூழ்நிலையும் ஆகும். ஒரு மனிதனின் யோகத்தை பிறந்த நேரமும், குடியிருக்கும் வீட்டின் ராசியும் சேர்ந்து நிர்ணயிக்க முடியும்.

பெரிய மாளிகைவாசி வாழ்ந்து கெட்டதும், சிறிய வீட்டில், புகழ்பெற்று வாழ்ந்தவர்களும் உண்டு. இவ்வுண்மையை அனுபவ பூர்வமாகக் காண முடியும்.

மனையடி சாத்திரம் கற்க வேண்டும் என்று எனக்கு ஆர்வம் ஏற்பட்டது. ஜோதிட சாத்திரம் தெரியாமல், மனையடி சாத்திரம் புரிந்துகொள்ள முடியாது என்பதை உணர்ந்தேன்.

முதலில் ஜோதிடம் கற்க முற்பட்டேன். அதன் பிறகு மனையடி சாத்திரத்தைப் புரிந்துகொள்ள ஆரம்பித்தேன்.

பழைய நூல்கள் எல்லாம் செய்யுள் வடிவில்தான் இருந்தன. நான் கற்று அறிந்தவைகளை வகைப்படுத்தி, தொகுத்து பிறரும் எளிதில் புரிந்து கொள்ளக்கூடிய முறையில் நூலாக்கி உள்ளேன்.

மனையடி சாத்திரத்தின் அடிப்படைகளை, எளிதில் விளக்கி எழுதியுள்ளேன். இறையருளுக்கு நன்றி செலுத்தி, எல்லோருக்கும் இந்நூல் நல்ல பயன் தரவேண்டும் என்று வேண்டிக் கொள்கின்றேன்.

இந்நூலை சிறந்த முறையில் அச்சிட்டு வெளியிட்ட 'சுரா' பதிப்பகத்தாருக்கும், மேலாண்மை இயக்குநர் **திரு. வீ.வீ.கே. சுப்புராசு** அவர்களுக்கும் என் மனமார்ந்த நன்றியைத் தெரிவித்துக்கொள்கிறேன்.

அன்புடன்,
தொ. சி. குப்புசாமி

பொருளடக்கம்

பக்கம்

மனையின் அமைப்பு	1
மனையின் இலட்சணம்	11
மனையில் கரையான் புற்று	13
மேடுபள்ள அமைப்பு	13
மண்ணின் தன்மை	16
மனை கோலுதல்	20
வீட்டு மனைகள் அமைப்பு	22
கடைக்கால் விதி	23
கிணறு தோண்டுதல்	26
கிரக ஆரம்பம்	27
கிரக சார பலன்கள்	30
மனையின் கட்டிட அமைப்பு	33
மனையின் அமைப்பு	35
வீட்டின் பகுதிகள்	36
வீட்டின் அமைப்பு	37
கட்டிட அளவுகள்	45
வீடுகட்ட விதிமுறைகள்	49
வாசற்கால் வைத்தல்	56
நவக்கிரக பலன் அறிதல்	62
தச்சு செய்தல் - ஆரம்பம்	67
வாசற் கதவு செய்தல்	69
அடுக்குமாடிக் குடியிருப்புகள்	70
கிரகப் பிரவேசம்	73
மாதிரி வரைபடங்கள்	74
முடிவுரை	90

 # வாஸ்து சாஸ்திரம்

மனையின் அமைப்பு

நல்ல அமைப்புகள்

1. வடக்குப் பார்த்த மனை மறையோருக்கும், கிழக்குப் பார்த்த மனை அரசருக்கும், தெற்குப் பார்த்த மனை வைசியருக்கும், மேற்குப் பார்த்த மனை மற்றவர்களுக்கும் உகந்தது.

2. சூரியன் திக்கு கிழக்கும், சந்திரன் திக்கு வடக்கும் தாழ்ந்தும், தெற்கு-மேற்கு திக்குகள் உயர்ந்தும் இருக்க வேண்டும். இதுதான் நல்ல மனையின் இலட்சணம்.

3. மனையின் நான்கு பக்கங்களும் வெவ்வேறு அளவுகளாக இருக்கக் கூடாது. இருந்தால் துக்கம் தரும். மனை சதுரமாகவோ, நீள்சதுரமாகவோ இருந்தால், சுபிட்சம் தரும்.

4. கிழக்கு, மேற்காக அகலம் குறைவானதாக மனை இருக்கக் கூடாது.

5. மனைக்கு வடக்கிலும், கிழக்கிலும் சாலைகள் இருப்பது சிறப்பான அம்சம் தரும்.

குறைபாடுள்ள அமைப்புகள்

ஊர் சாலைகள் சந்திக்கும் இடங்கள் எப்போதும் நேர் கோணத்தில் (90 டிகிரி) இருப்பதில்லை. சாலைகளின் சந்திப்பில் இருக்கும் மனைகள், சதுரமாகவோ, நீள் சதுரமாகவோ, அமையக் கூடிய சாத்தியமிருக்காது. அப்படி அமையாத மனைகள், சாத்திரத்திற்கு விரோதமானதாகக் கருதப்படுகிறது.

சாலைகள் சந்திப்பில் உள்ள மனைகளின் நான்கு மூலைகளும் நேர்கோணத்தில் இருப்பது அரிது. அந்த மனையில் வீடு கட்டும்போது, மையப்பகுதியில் சாத்திரப்படி வீடு கட்டலாம். ஆனாலும், சுற்றியுள்ள காலியிட அமைப்பு சாத்திரத்திற்கு ஒவ்வாததாக இருக்கும். கோணலை சரி செய்ய வேண்டும். சரி செய்வது எவ்வாறு என்று கவனிப்போம்.

நிருதி மூலை (தென்மேற்கு)

தெற்கும், மேற்கும் கூடும் இடம் நிருதி மூலையாகும்.

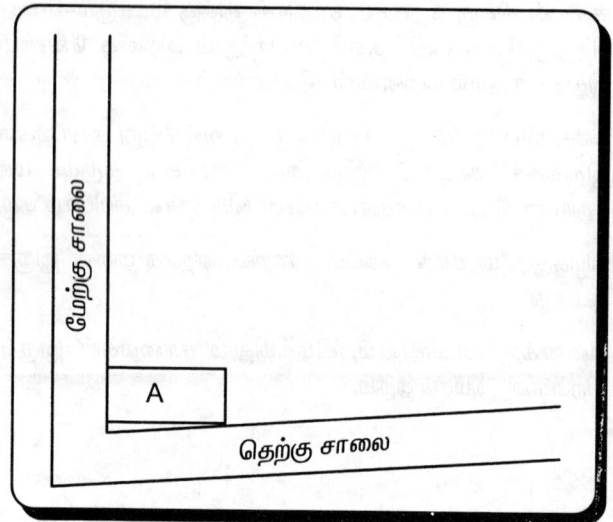

மனை A

இந்த மனையின் தெற்குப் பகுதி நேராக இல்லை. நிருதி மூலை யருகில் சற்று விரிவடைந்துள்ளது.

அந்த மனையின் மத்தியில் சாத்திரப்படி வீடு கட்டலாம். ஆனால், மனையின் அமைப்பு சாத்திரப்படி இல்லை. சுற்றுச்சுவர் (Compound wall) கட்டும்போது மனையின் போக்கிலேயே கட்டினால், பெண்களுக்குத் துன்பம் நேரும். சொத்து நிலைக்காது. தெற்குப் புறம் கட்டும் சுற்றுச்சுவரை நேர்கோட்டில் அளவிட்டு கட்ட வேண்டும். உபரி இடத்தை தெற்கு சாலையில் சேர்த்து விடலாம். உபரி இடம் கூடுதலான பரப்பளவு இருக்கும் பட்சத்தில், அங்கு ஒரு எல்லைக்கல் நட்டுவிடலாம். சாலையில் செல்லும் வாகனங்கள் சுற்றுச்சுவரை இடிக்கக் கூடிய நிலையைத் தவிர்க்கலாம்.

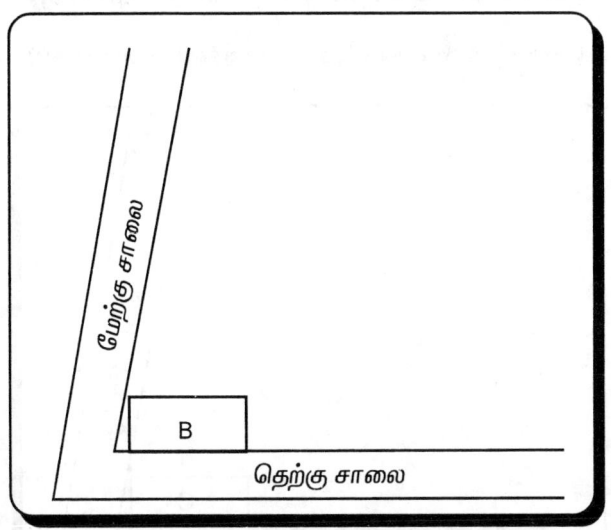

மனை B

இந்த மனையின் மேற்குப் பகுதி நேராக இல்லை. நிருதி மூலையருகில் விரிவடைந்துள்ளது.

அந்த மனையின் மையப்பகுதியில் சாத்திரப்படி வீடு கட்டிவிடலாம். ஆனால், மனையின் அமைப்பு சாத்திரப்படி இல்லை. சுற்றுச்சுவர் கட்டும்போது மனையின் போக்கிலேயே கட்டினால், துன்பம் வந்து சேரும். செல்வம் சேர்க்கை நன்மையைத் தராது. இதைத் தவிர்க்க வேண்டும்.

மேற்குப் புறம் கட்டும் சுற்றுச்சுவரை நேர்கோட்டில் அளவிட்டுக் கட்ட வேண்டும். உபரி இடத்தை மேற்கு சாலையில் சேர்த்துவிடலாம்.

உபரி இடம் கூடுதலான பரப்பளவு உள்ளதாக இருந்தால், அங்கு ஒரு எல்லைக்கல் நட்டு விடலாம். சாலை வாகனங்கள் சுற்றுச்சுவரை இடிக்கக் கூடிய நிலையைத் தவிர்க்கலாம்.

அக்னி மூலை (தென் கிழக்கு)

தெற்கும் கிழக்கும் கூடும் இடம் அக்னி மூலையாகும்.

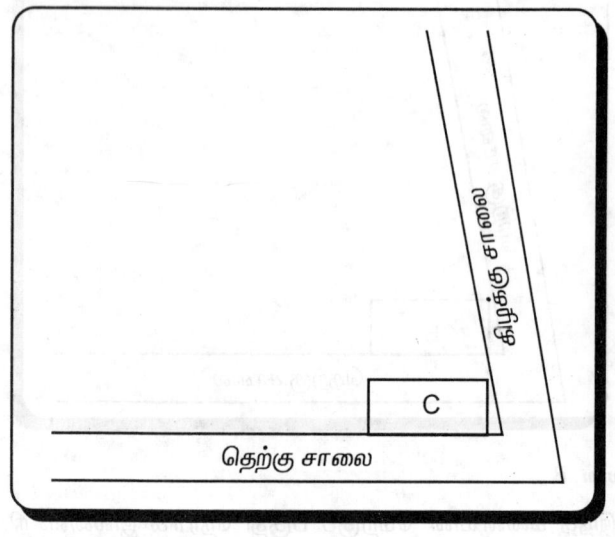

மனை C

இந்த மனையின் கிழக்குப் பகுதி நேராக இல்லை. அக்னி மூலையருகில் விரிவடைந்துள்ளது.

அந்த மனையின் மத்தியில் சாத்திரப்படி வீடு கட்டி விடலாம். ஆனால், சுற்றுச்சுவர் கட்டும்போது மனையின் போக்கிலேயே கட்டினால், நோய் ஏற்படும். கடன் தொல்லைகள் இருக்கும். இதைத் தவிர்க்க வேண்டும்.

எனவே, கிழக்குப் புறம் கட்டும் சுற்றுச்சுவரை நேர்கோட்டில் அளவிட்டு கட்ட வேண்டும். உபரி இடத்தை கிழக்கு சாலையில் சேர்த்துவிடலாம்.

உபரி இடம் கூடுதலான பரப்பளவு கொண்டதாக இருந்தால், அங்கு ஒரு எல்லைக்கல் நட்டுவிடலாம். சாலை வாகனங்கள் சுற்றுச்சுவரை இடிக்கக் கூடிய நிலையைத் தவிர்க்கலாம்.

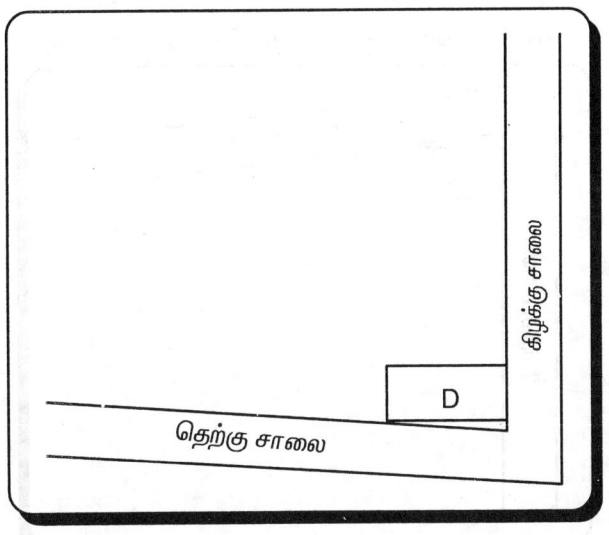

மனை D

இந்த மனையின் தெற்குப் பகுதி நேராக இல்லை. அக்னி மூலையருகில் விரிவடைந்துள்ளது.

அந்த மனையின் மத்தியில் சாத்திர முறைப்படி வீடு கட்டிவிடலாம். ஆனால், சுற்றுச்சுவர் கட்டும்போது, மனையின் போக்கிலேயே கட்டினால், உள்ள செல்வமெல்லாம் விரயமாகிவிடும். இதைத் தவிர்க்க வேண்டும்.

தெற்குப் புறம் கட்டும் சுற்றுச்சுவரை நேர்கோட்டில் அளவிட்டுக் கட்ட வேண்டும். உபரி இடத்தை தெற்கு சாலையில் சேர்த்து விடலாம்.

உபரி இடம் அதிக பரப்பளவு கொண்டதாக இருந்தால், அங்கு ஒரு எல்லைக்கல் நட்டு விடலாம். சாலை வாகனங்கள் சுற்றுச்சுவரை இடிக்கக் கூடிய நிலையைத் தவிர்க்கலாம்.

வாயு மூலை (வடமேற்கு)

வடக்கும் மேற்கும் கூடும் இடம் வாயு மூலையாகும்.

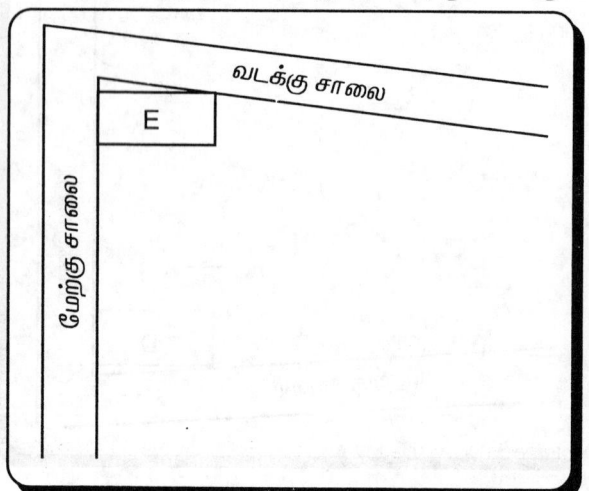

மனை E

இந்த மனையின் வடக்குப் பகுதி நேராக இல்லை. வாயு மூலையருகில் விரிவடைந்துள்ளது.

அந்த மனையின் மத்தியில் சாத்திரப்படி வீடு கட்டி விடலாம். ஆனால், மனையின் அமைப்பு சாத்திரப்படி இல்லை. சுற்றுச்சுவர் கட்டும்போது மனையின் போக்கிலேயே கட்டினால், வம்பு வழக்குகள் வரும். நீதிமன்றங்களுக்கு அலைய வேண்டிய நிலை ஏற்படும். ஆணின் நடத்தை தவறக் கூடும். பெண்களுக்கு கெடுதல் ஏற்படும். இதைத் தவிர்க்க வேண்டும்.

வடக்குப் புறம் கட்டும் சுற்றுச்சுவரை நேர்கோட்டில் அமைக்க வேண்டும். உபரி இடத்தை வடக்கு சாலையில் சேர்த்து விடலாம்.

உபரி இடம் கூடுதலாக இருந்தால், அந்தப் பரப்பில் எல்லைக்கல் நட்டு விடலாம். சாலை ஓர வாகனங்கள் சுற்றுச்சுவரை இடிக்கக் கூடிய நிலையைத் தவிர்க்கலாம்.

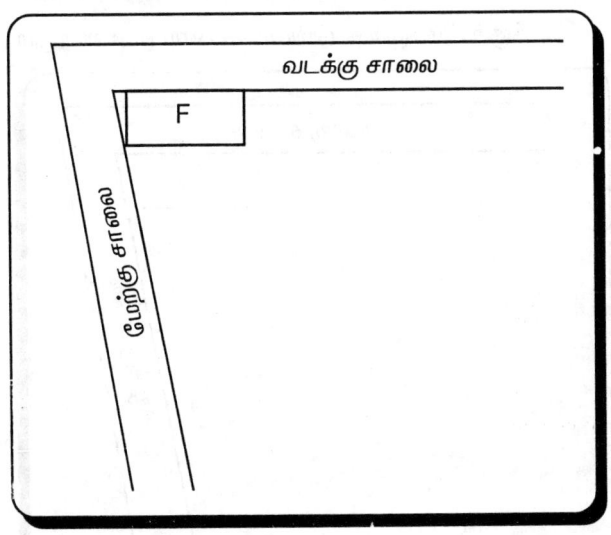

மனை F

இந்த மனையின் மேற்குப் பகுதி நேராக இல்லை. வாயு மூலை அருகில் விரிவடைந்துள்ளது.

அந்த மனையின் மத்தியில் சாத்திரப்படி வீடு கட்டிவிடலாம். ஆனால், அந்த மனையின் அமைப்பு சாத்திரப்படி இல்லை.

சுற்றுச்சுவர் கட்டும்போது மனையின் போக்கிலேயே கட்டினால், செல்வம் சேரும், விரயமும் ஏற்படும். இதைத் தவிர்க்க வேண்டும்.

மேற்குப் புறம் கட்டும் சுற்றுச் சுவரை நேர்கோட்டில் அளவிட்டு கட்ட வேண்டும். உபரி இடத்தை மேற்கு சாலையில் சேர்த்து விடலாம்.

உபரி இடம் கூடுதலான பரப்பளவு கொண்டதாக இருந்தால், அங்கு ஒரு எல்லைக்கல் நட்டு விடலாம். சாலை வாகனங்கள் சுற்றுச்சுவரை இடிக்கக் கூடிய நிலையைத் தவிர்க்கலாம்.

ஈசான்ய மூலை (வட கிழக்கு)

வடக்கும் கிழக்கும் கூடுமிடம் ஈசான்ய மூலையாகும்.

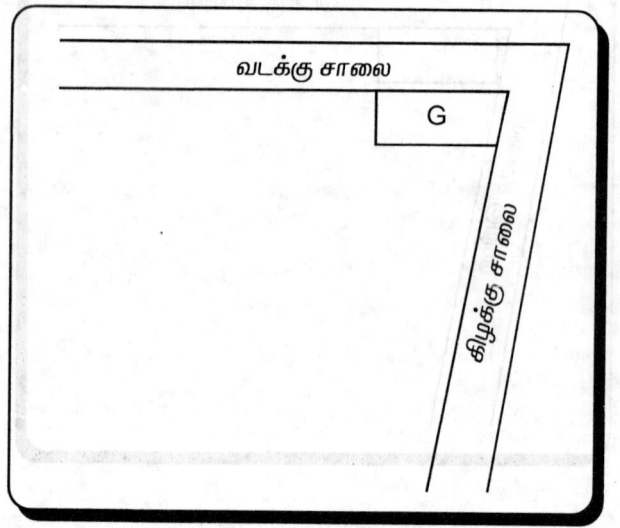

மனை G

இந்த மனையின் கிழக்குப் பகுதி நேராக இல்லை. ஈசான்ய மூலையருகில் விரிவடைந்துள்ளது.

அந்த மனையின் மத்தியில் சாத்திரப்படி வீடு கட்டிவிடலாம். சுற்றுச்சுவர் கட்டும்போது, மனையின் போக்கிலேயே கட்டிவிடலாம். இது அதிர்ஷ்டம் தரும் அமைப்பு. ஈசான்ய மூலை விரிவுபடுவது சுபம் தரும்.

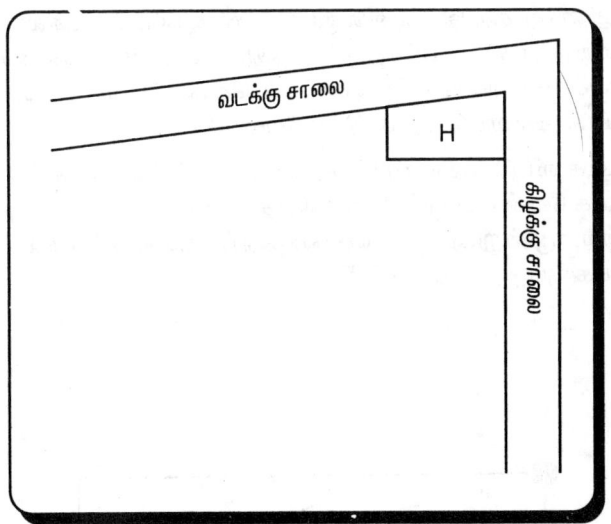

மனை H

இந்த மனையின் வடக்குப் பகுதி நேராக இல்லை. ஈசான்ய மூலையில் விரிவடைந்துள்ளது.

அந்த மனையில் சாத்திரப்படி வீடு கட்டி விடலாம். சுற்றுச்சுவர் கட்டும்போது, அதன் போக்கிலேயே கட்டிவிடலாம். செல்வம் சேரும், புகழ் வந்து சேரும். இது ஒரு நல்ல அமைப்பு ஆகும்.

பிற மனைகள்

இரு சாலைகள் கூடுமிடத்தில் உள்ள மனையின் குறைபாடுகளையும், குறைபாடுகளை சரி செய்வது பற்றியும் கண்டோம். இது வரை விளக்கப்பட்ட எட்டு வகையான மனைகளில் எல்லாம் ஒரு பக்கம் நேர்கோட்டிலும், மறு பக்கம் மட்டும் கோணலாக உள்ளதைக் கண்டோம். ஒரு பக்கம் மட்டும் சரி செய்து நேர்கோட்டில் கொண்டு வந்தால் போதும்.

ஆனால், சில இடங்களில் இரு சாலைகளுமே கோணலாகவே அமைந்திருக்கும் பட்சத்தில் சந்திப்பில் உள்ள மனையின் இருபக்கங்களையும் நேர்கோட்டில் கொண்டு வர வேண்டும். சரியாக அளவிட்டு நேர்ப்படுத்த வேண்டும்.

ஆக வீட்டு மனைகளின் மூலைகள் நேர் கோணத்தில் (90°) இருக்க வேண்டும். முக்கியமாக நிருதி மூலை, வாயு மூலை, அக்னி மூலை, மூன்றும் நேர் கோணத்தில் இல்லாவிட்டால், பல தீமைகளும், துன்பங்களும் நேரும்.

மனையின் இலட்சணம்

ஆகாத அமைப்புகள்

1. முக்கோண வடிவம்
2. மத்தளம் போன்ற வடிவம்
3. வடம் போன்ற வடிவம்
4. உள்ளும், புறமுமாக வளைந்த வடிவம்
5. கொட்டைப் பாக்கு வடிவம்
6. தலை போன்ற வடிவம், மற்றும் பிற வடிவங்களும் கூடாது.

ஆகாத தன்மைகள்

1. உப்பு நிலம்
2. தண்ணீர் அருகாமையில் உள்ள நிலம்
3. தண்ணீர் ஓடுகின்ற நிலம்
4. பள்ளமான நிலம்
5. கோயில் நிலம்
6. சுடுகாட்டு நிலம்
7. ஆடு மாடுகள் கட்டப்பட்ட நிலம்

மேற்கண்ட மனைகளில் வீடு கட்டினால் துன்பம் தரும்.

மனையில் இருக்கக்கூடாத மரங்கள்

1. பருத்திச் செடி
2. இலவு மரம்
3. புளிய மரம்
4. பலா மரம்
5. ஆல மரம்
6. பனை மரம்
7. நாவல் மரம்
8. நெல்லி மரம்
9. அகத்தி மரம்
10. எருக்கஞ் செடி

மேற்கண்ட மரங்கள் மனையில் இருந்தால், லட்சுமி கடாட்சம் கிடைக்காது. அக்னியால் ஆபத்து நேரக்கூடும்.

மனையில் மரங்கள்

மரம் நடுதல்

மனையில் இருக்கக்கூடாத மரங்களைத் தவிர்த்துவிட்டு, மற்ற மரங்களில் பயனுள்ள மரங்களை நடவேண்டும். எந்தெந்த மரங்களை எங்கெங்கு நட வேண்டும் என்பதையும் அதனால் ஏற்படக் கூடிய நற்பலன்களையும் கருத்தில் கொள்ள வேண்டும்.

ஓங்கி உயர்ந்து வளரக்கூடிய மரங்களை, தெற்கு, மேற்கு பகுதிகளில் நட வேண்டும். தென்னை மரம், வேப்ப மரம், புங்க மரம் போன்ற மரங்களை நடலாம். வீட்டிற்கு தெற்கு, மேற்கு பகுதிகளில் படுக்கை அறைகள் இருந்தால், மரங்களால் நல்ல நிழலும் இதமான காற்றும் வரும். சுகமான, ஆரோக்கியமான நித்திரைக்கு உதவும். சாத்திரத்திற்கு உகந்த அமைப்பாகவும் இருக்கும்.

அதிக உயரம் வளராத மரங்கள், செடி, கொடிகள், வடக்கு, கிழக்கு பகுதிகளில் நடலாம். வீட்டைக் கட்டும்போது மனையில் சுற்றி காலியிடம் விடும்போது நான்கு புறங்களிலும் காலியிடம் சமமாக இருக்கக் கூடாது. தெற்கு, மேற்கு பக்கங்களில் குறைவாகவும், வடக்கு, கிழக்கு பகுதிகளில் அதிகமாகவும் காலியிடம் இருக்க வேண்டும்.

வடக்கு, கிழக்கு பகுதிகளில் காய்ச் செடிகள், பூச்செடிகளை நட்டு வளர்க்கலாம். நீர் நிலைகளின் வடிகால்கள், கிழக்கு வடக்குப் பகுதிகளில் செல்வதால், செடி, கொடிகளுக்கு நீர்பாய்ச்சுதல் எளிதாக இருக்கும். சாத்திரத்திற்கு சாதகமான அமைப்பும் ஆகும்.

வாழை மரம்: பொதுவாக வீடுகளில் வாழை மரங்கள் வளர்ப்பது சிலாக்கியமானதல்ல. வாழை மரங்களில், குலைகள் வடக்கு நோக்கி தள்ளினால் துக்கச் சம்பவம் நிகழக்கூடும். இதைத் தவிர்க்க வீட்டில் வாழை மரங்களை நடுவதில்லை. எக்காரணங் கொண்டும் அக்னி மூலையில் வாழை மரம் இருக்கக் கூடாது.

வாழை மரம் தேவை என்று எண்ணுபவர்கள், ஈசான்ய மூலைக்கருகில், கிணற்றடியில் வாழைக் கன்றை நடலாம். நீர் பாய்ச்சுதலும் எளிதாக இருக்கும். இலையை அவ்வப்போது பறித்து சாப்பாட்டிற்கு பயன்படுத்தி வந்தால், குலை தள்ளுவதைத் தவிர்க்கலாம்.

மனையில் கரையான் புற்று

சுப அமைப்பு

1. கிழக்கில் இருந்தால் - செல்வம் தரும்
2. மேற்கில் இருந்தால் - சந்ததி விருத்தி
3. வடக்கில் இருந்தால் - நன்மை தரும்
4. தென்மேற்கில் இருந்தால் - நல்ல வாழ்வு தரும்

அசுப அமைப்பு

1. தெற்கில் இருந்தால் - துக்கம் தரும்
2. வடகிழக்கில் இருந்தால் - நோய் தரும்
3. தென்கிழக்கில் இருந்தால் - வீடு இடியும்
4. வடமேற்கில் இருந்தால் - மரணம் தரும்
5. மத்தியில் இருந்தால் - மரணம் தரும்

மேடு பள்ள அமைப்பு

1. நிருதி மூலை உயரமாக இருக்க வேண்டும்
2. அக்னி மூலை, நிருதி மூலையைவிட, சற்று தாழ்வாக இருக்க வேண்டும்.
3. வாயு மூலை, அக்னி மூலையைவிட சற்று தாழ்வாக இருக்க வேண்டும்.
4. ஈசான்ய மூலை, வாயு மூலையைவிட சற்று தாழ்வாக இருக்க வேண்டும்.

அவ்வாறு இல்லாவிடில், தகுந்தவாறு மேடு பள்ளங்களை, சரியாக சீர்படுத்த வேண்டும். சீர்படுத்தப் பட்ட பின்பே வீட்டைக் கட்ட வேண்டும். வீட்டைச்சுற்றியுள்ள காலி மனையும் மேற்கண்ட அமைப்பிலேயே இருக்க வேண்டும்.

பள்ளப் பகுதிகள் (சுப அமைப்பு)

1. கிழக்குப் பகுதி பள்ளமாயிருந்தால், செல்வம், புகழ், ஆயுள் விருத்தியுண்டு.

2. வடக்குப் பகுதி பள்ளமாயிருந்தால், செல்வம் சேரும், நன்மையைத் தரும். பெண்களுக்கு முன்னேற்றம் தரும்.

3. வடகிழக்குப் பகுதி பள்ளமாயிருந்தால், செல்வமும் சுபிட்சமும் உண்டு. சந்ததிகளுக்கு முன்னேற்றம் உண்டு.

4. தென்கிழக்குப் பகுதி பள்ளமாயிருந்தால், (தென்மேற்கை விட பள்ளமாகவும், வடகிழக்கைவிட மேடாகவும் இருக்க வேண்டும்) சுபம் தரும்.

5. வடமேற்குப் பகுதி பள்ளமாயிருந்தால், (மற்ற பகுதிகளைவிட பள்ளமாகவும், ஈசான்யத்தைவிட மேடாகவும் இருக்க வேண்டும்) சுபம் தரும்.

பள்ளப் பகுதிகள் (அசுப அமைப்பு)

1. தெற்குப் பகுதி பள்ளமாயிருந்தால், வியாதி உண்டாகும், செல்வம் சேராது.

2. தென்மேற்குப் பகுதி பள்ளமாயிருந்தால், வியாதி ஏற்படும். தலைப் பிள்ளைக்கு ஆயுள் பங்கம்.

3. மேற்குப் பகுதி பள்ளமாயிருந்தால், நோய் தரும். சந்ததிகளுக்கு தீங்கு நேரிடும்.

4. நடுப்பகுதி பள்ளமாயிருந்தால், வறுமை வாட்டும். அசுபம் தரும்.

மேட்டுப் பகுதிகள் (சுப அமைப்பு)

1. தெற்குப் பகுதி மேடாக இருந்தால், பணவசதி, உடல் ஆரோக்கியம் தரும்.

2. தென்மேற்குப் பகுதி மேடாக இருந்தால், செல்வம் பெருகும். பெண்களுக்கு சுகம் தரும்.

3. வடமேற்குப் பகுதி மேடாக இருந்தால், (வடகிழக்கைவிட மேடாகவும், தென்மேற்கு, தென்கிழக்கைவிட பள்ளமாகவும் இருக்க வேண்டும்) வெற்றியும், பண வசதியும் கொண்ட வாழ்க்கை உண்டு.

4. தென்கிழக்கு மேடாக இருந்தால், (தென்மேற்கைவிட பள்ளமாகவும், வடமேற்கு, வடகிழக்கைவிட மேடாகவும் இருக்க வேண்டும்) பணவரவு தரும்.

5. நடுப்பகுதி மேடாக இருந்தால், செல்வம், ஆரோக்கியம் பெருகும்.

6. மேற்குப் பகுதி மேடாக இருந்தால், சந்ததி, சுக வாழ்வு, புகழ் பெறுவார்கள்.

மேட்டுப் பகுதிகள் (அசுப அமைப்பு)

1. கிழக்குப் பகுதி மேடாக இருந்தால், சந்ததிக்குக் கெடுதல் தரும்.

2. வடக்குப் பகுதி, மேடாக இருந்தால், தீமை, வறுமை, கடன் தொல்லைகள் சூழும்.

3. வடகிழக்குப் பகுதி மேடாக இருந்தால், தோல்வி, வறுமை, மன அமைதியின்மையைத் தரும்.

மண்ணின் தன்மை

1. வெள்ளை நிறம் } கொண்ட மனை உத்தமம்
   இனிப்பான சுவை
   தாமரை மணம்

2. சிவப்பு நிறம் } கொண்ட மனை மத்திமம்
   துவர்ப்பு சுவை
   குதிரை மணம்

3. கருப்பு நிறம் } கொண்ட மனை அதமம்
   கசப்பு சுவை
   தான்ய மணம்

தேன், நெய், தயிர், எண்ணெய், உதிரம், மீன், பட்சி, சவம் } போன்றவைகளின் வாசனை வீசும் மனைகளில் வீடு கட்டக் கூடாது. கெடுதல் தரும்

மனையைக் கெல்லிப் பார்த்தல்

1. நல்ல முகூர்த்த நேரம் பார்த்து மனையின் நடுவில் குழி வெட்ட வேண்டும். வட்டமாக ஒரு முழ அகலம், ஒரு முழ ஆழம் இருக்க வேண்டும்.

2. குழி வெட்டும்போது, குழியில் பொன் அல்லது வெள்ளி அல்லது செம்பு, உலோகம் கண்டால் உத்தம பலன்கள் உண்டு.

3. தனப் புதையல் கண்டால் இன்பம் தரும்.

4. செங்கல் அல்லது தவளையைக் கண்டால், பூஷணங்கள் கிடைக்கும்.

5. பசுவின் வெள்ளை நிறக்கொம்பு அல்லது நவதான்யங்கள் அல்லது பஞ்ச உலோகங்கள் கண்டால், இலட்சுமி கடாட்சம் தரும்.

6. இரும்பு, பித்தளை, ஈயம் கண்டால், மத்திமப் பலன்கள் கிடைக்கும்.

7. கரியைக் கண்டால் நோய் உண்டாகும்.

8. உமியைக் கண்டால் பொருள் சேதம் ஏற்படும்.

9. விறகு, எலும்பு, கட்டை, முட்டை, நகம், மயிர், வெண்தலை எறும்பு, கரையான், தேள், ஏதாவது ஒன்றைக் கண்டால், மனையின் சொந்தக்காரனுக்கு தீங்கு நேரிடும்.

10. கருங்கல் கண்டால், மனைக்கு சொந்தக்காரரின் மனைவி நோயில் படுப்பாள் அல்லது இறப்பாள்.

குழியில் நீர்விட்டு, பூ விட்டால் சுற்றும் சகுனம்

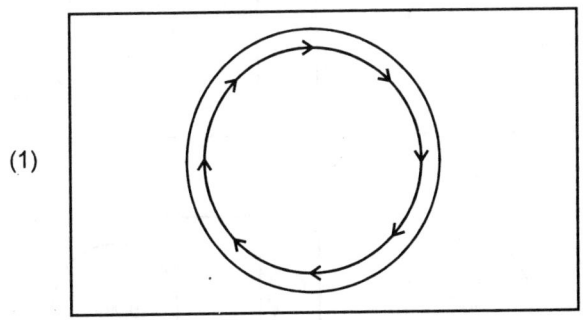

(1)

1. பூவும் நீரும் வலமாக சுற்றினால், சிறப்பான வாழ்வு.

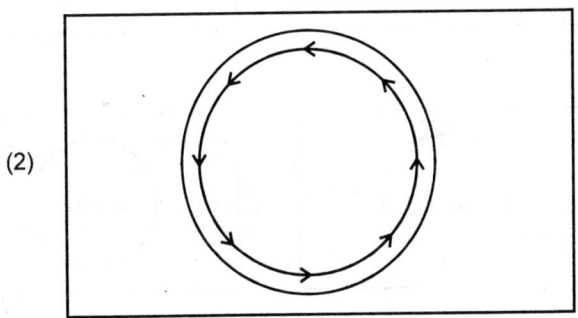

(2)

2. பூவும் நீரும் இடமாக சுற்றினால், துன்பம், நோய் ஏற்படும்.

குழியில் பூ விட்டால், நிற்கும் சகுனம்

1

2

2

3

3

4

4

5

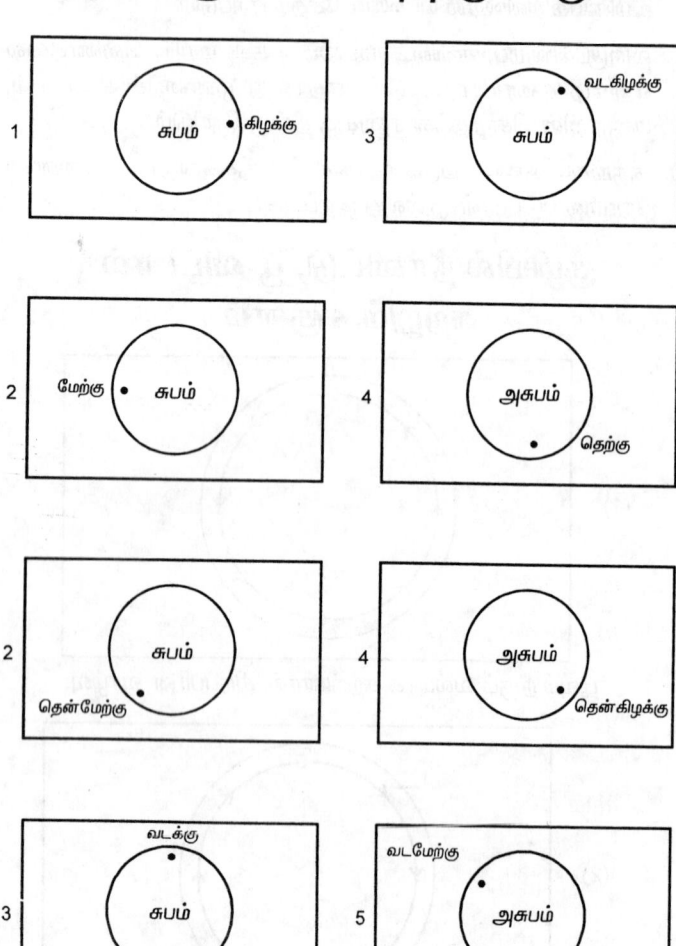

குழியில் விட்ட பூ சுற்றிவந்து

1. கிழக்கில் நின்றால் - யோகம்
2. மேற்கில் அல்லது தென்மேற்கில் நின்றால் - அதிக செல்வம் சேரும்.
3. வடக்கில் அல்லது வடகிழக்கில் நின்றால் - மண், பொன், மக்கட்செல்வம் தரும்.
4. தெற்கில் அல்லது தென்கிழக்கில் நின்றால் - கெடுதல் உண்டாகும்.
5. வடமேற்கில் நின்றால் - நோயும் மரணமும் ஏற்படும்.

குழி நீர்

1. அந்திப்பொழுதில் அந்தக் குழியில் நிறைய நீர் ஊற்றி விட வேண்டும். அடுத்த நாள் சூரிய உதயத்தின்போது பார்த்தால்,
   a) மூன்று பிடி நீர் குழியில் இருந்தால் நன்மை பயக்கும்.
   b) குழியில் நீர் முழுமையாக வற்றி விட்டிருந்தால் தீங்கு உண்டாகும்.

2. குழி வாயில்

a) தவளை, பல்லி, அரணை, நண்டு, புழு பூச்சி, சிலந்தி நடந்திருந்த தடயம் கண்டால் மிகவும் நன்மை உண்டாகும்.

b) உடும்பு, பாம்பு, தேள், ஆமை, பூரான், எலி நடந்திருந்த தடயம் கண்டால் மனை வெந்து போகும்.

3. குழி மண்

குழியில் கெல்லி எடுத்த மண்ணை, மீண்டும் குழியில் இட்டு நிரப்பினால்,

a) மண் மீதமிருந்தால் - லாபம்

b) மண் சரியாகிவிட்டால் - வரவு, செலவு சரிகட்டும்

c) மண் குறைந்துவிட்டால் - செல்வம் குறையும்

மனை கோலுதல்

1. மனை கோல உகந்த மாதங்கள்

சித்திரை, வைகாசி, ஆடி, ஆவணி, ஐப்பசி, கார்த்திகை, தை, மாசி ஆகிய எட்டு மாதங்கள் நல்லவை. மற்ற மாதங்களில் கோலினால், நோய் வாட்டும்.

2. சூன்ய மாதங்களில் மனை கோலுதல் கூடாது.

3.
ஞாயிறு	- பரணி	**திங்கள்**	- சித்திரை
செவ்வாய்	- உத்திராடம்	**புதன்**	- அவிட்டம்
வியாழன்	- கேட்டை	**வெள்ளி**	- பூராடம்
சனி	- ரேவதி		

ஆகிய நாட்களில் மனை கோலினால் பாழாகும்.

4. ஊர்த்துவமுக நட்சத்திரங்கள்

1. ரோகிணி 2. திருவாதிரை 3. பூசம்
4. உத்திரம் 5. உத்திராடம் 6. திருவோணம்
7. அவிட்டம் 8. சதயம் 9. உத்திரட்டாதி

ஆகியவை மேல் நோக்கு நட்சத்திரங்கள். மாளிகை, கூட கோபுரங்கள், மாடி வீடு கட்டலாம்.

5. திரியக்முக நட்சத்திரங்கள்

1. அசுவனி 2. மிருகசீரிஷம் 3. புனர்பூசம்
4. அஸ்தம் 5. சித்திரை 6. சுவாதி
7. அனுஷம் 8. கேட்டை 9. ரேவதி

ஆகியவை சம நோக்கு நட்சத்திரங்கள். தூண் நடுதல், சுவர் வைத்தல் உத்தமம்.

6. அதோமுக நட்சத்திரங்கள்

1. பரணி 2. கிருத்திகை 3. ஆயில்யம்
4. மகம் 5. பூரம் 6. விசாகம்
7. மூலம் 8. பூராடம் 9. பூரட்டாதி

ஆகியவை கீழ் நோக்கும் நட்சத்திரங்கள். குளம், கிணறு வெட்ட உத்தமம்.

7. நல்ல யோகங்கள்

1. சுபம்
2. பிராமியம்
3. மகேந்திரம்
4. சாத்தியம்
5. சிவம்
6. சுப்பிரம்
7. ஆயுஷ்மான்
8. சௌபாக்கியம்
9. துருவம்
10. திருதி
11. சோபனம்
12. சுகர்மம்
13. பிரீதி
14. சித்தம்.

8. சுபகரணங்கள்

1. பாலவம்
2. பவம்
3. கௌலவம்
4. தைதுலை
5. கரசை
6. பத்திரை.

1. மனை கோல சகுனம்

a) மனை கோல புறப்படும்போது அழகான பெண் எதிரில் வந்தால் நன்மை உண்டாகும்.

b) மதுக்குடம், மாமிசம், பால், நெய், நல்ல தண்ணீர், அழகான புடவைகள், நிறை குடம், சுமங்கலிகள், யானை, ஒற்றைத் தேர் குதிரை, எதிரே வந்தால் எடுத்த காரியம் வெற்றி. நல்லபடியாக நிறைவேறும்.

c) தடியுடன் முரடன், வலைஞன், மயானத்து ஆண்டி, கூனன், முடவன், மூக்கு அற்றவன், கண் பார்வையற்றவன், காதுகேளாதவன், எதிரே வந்தால், அபசகுனம். எடுத்த காரியம் தடைபடும். நிறைவேறாது.

2. மனையில் நிற்கும்போது சகுனம்

(a) வெள்ளைப்பசு, வெண்புறா, வெள்ளைக் காளை கண்டால் சுப சகுனம். புகழோடு மனைவி மக்களுடன் வாழ்வார்கள்.

(b) எறும்பு சிதறி அலைதல், கரையான் செல்கள் குன்றுபோல் பரவியிருத்தல், வண்டுகள் பூமியைத் துளைத்து இருத்தல் ஆகியவை அபசகுனம். மனை சொந்தக்காரருக்கு ஆபத்து.

வீட்டு மனைகள் அமைப்பு

நிலத்தை, மனையிடங்களாகப் பிரித்தல்

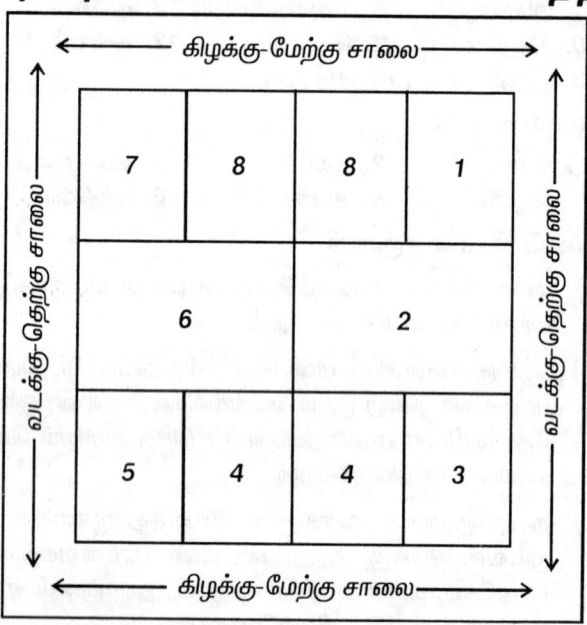

1. ஈசான்ய வீடு
2. கிழக்கு வீடு
3. தென்கிழக்கு வீடு
4. தெற்கு வீடு
5. தென்மேற்கு வீடு
6. மேற்கு வீடு
7. வடமேற்கு வீடு
8. வடக்கு வீடு

1. மனைகளில் ஈசான்ய மனை சிறந்தது.

2, 8, கிழக்கு, வடக்கு மனைகள் நல்லவை.

3, 7, மனைகளில் சாத்திரத்தின் அடிப்படையில் வீடு கட்டினால் நற்பலன்கள் பெறமுடியும்.

4, 5, 6 தெற்கு, தென்மேற்கு, மேற்கு மனைகளின் வீட்டு வாயிற்படி, கிழக்கு நோக்கிவைப்பது நலன்கள் பயக்கும்.

கடைக்கால் விதி

கடைக்கால் போடுதல்

1. **ஆகாத நட்சத்திரங்கள்**
   a) **தலையற்ற நாட்கள்** : புனர்பூசம், விசாகம், பூரட்டாதி
   b) **உடலற்ற நாட்கள்** : மிருகசீரிஷம், சித்திரை, அவிட்டம்
   c) **காலற்ற நாட்கள்** : கார்த்திகை, உத்திரம், உத்திராடம்

   மேற்கண்ட 9 நட்சத்திரங்களுள்ள நாட்களில் அடிக்கல் நாட்டினால் அடிமனை பாழாகும்.

2. **நல்ல திதிகள்:**
   திருதியை, பஞ்சமி, சப்தமி, தசமி, ஏகாதசி, திரயோதசி.

3. **நல்ல லக்கினங்கள்:**
   ரிஷபம், சிம்மம், விருச்சிகம், கும்பம்.

   8, 12 ஆம் வீடுகள் சுத்தமாய் இருக்க வேண்டும்.

4. **ஆகாத கிழமைகள் :**
   ஞாயிறு, செவ்வாய், சனி, திங்கள் ஆகாது. மற்ற கிழமைகள் நல்லவை.

5. **ஆகாத நாட்கள் :**
   எரிநாள், கரிநாள், தனிய நாள், குருட்டு நாள், பாடாவரி நாள், சுக்கிரன் பாடு.

6. **ஆகாத நேரங்கள் :**
   தியாஜ்ஜியம், ராகு, எமகண்ட காலங்கள்.

7. **யோகினி :**
   ஆகாயம், பூமி, முன்புறம், இடப்புறம், யோகினி இருக்கும்போது அத் திக்குகளை நோக்கி கிரக ஆரம்பம் செய்யக் கூடாது.

8. சுக்கிரன்:
   a) முன்னால் இருந்தால், வீட்டுக்கு உரியவருக்கும், குடும்பத்துக்கும் கெடுதி.
   b) வலக்கண்ணாயிருந்தால், தேடி வைத்த செல்வம் அழியும்.
   c) பின்னால் இருந்தால் சுகவாழ்வு கிடைக்கும்.
   d) இடக்கண்ணாயிருந்தால், இடையூறுகள் நீங்கி சுகமாக மனைவி மக்களுடன் வாழ்வார்கள்.

9. குரு சுக்கிரன் அஸ்தமனம் கூடாது.

கற்ப பேழை

1. *நண்டு வளையில் எழுப்பிய மண்*

யானை கொம்பிலுள்ள மண்

நிலத்தின் புற்று மண்

குளத்து மண்

ரிஷபக் கொம்பு மண்

ஐந்து மண்ணையும் பிசைந்து, கற்ப பேழை செய்ய வேண்டும். பேழையில் ஒன்பது அறைகள் செய்து அவைகளில் நவரத்னங்களையும், நவதான்யங்களையும் வைத்து பூஜை செய்து ஈசான்ய பாகத்தில் வைத்தால் செல்வம் பெருகும்.

சாஸ்திரப்படி செய்தால், எல்லா தோஷங்களும் அகலும்.

தோண்டும் விதி

முதலில் ஈசான்ய மூலையில் தோண்டி பூசைகள் செய்ய வேண்டும்.

கடைக்கால் தோண்டும் வேலையை **முதலில்** ஈசான்ய மூலையில் ஆரம்பித்து, அக்னி மூலையில் முடிக்க வேண்டும்.

இரண்டாவதாக, ஈசான்ய மூலையில் ஆரம்பித்து வாயு மூலையில் தோண்டி முடிக்க வேண்டும்.

மூன்றாவதாக, அக்னி மூலையில் தோண்ட ஆரம்பித்து நிருதி மூலை வரை தோண்டி முடிக்க வேண்டும்.

நான்காவதாக, வாயு மூலையில் ஆரம்பித்து நிருதி மூலை வரை தோண்டி முடிக்க வேண்டும்.

இவ்வாறாக அடித்தளத்திற்கு பள்ளம் வெட்டுவது நல்லதாகும்.

அடிக்கல் சுவர்

கடைக்கால் சுவர் அடித்தளத்தில் கட்டும்போது, நிருதி மூலையில் ஆரம்பித்து அக்னி மூலை வரை **முதலில்** கட்டி முடிக்க வேண்டும்.

இரண்டாவதாக, நிருதி மூலையில் ஆரம்பித்து, வாயு மூலை வரை கட்டி முடிக்க வேண்டும்.

மூன்றாவதாக, அக்னி மூலையில் ஆரம்பித்து ஈசான்ய மூலை வரை கட்டி முடிக்க வேண்டும்.

நான்காவதாக, வாயு மூலையில் ஆரம்பித்து ஈசான்ய மூலையில் முடித்துவிட வேண்டும்.

இவ்வாறாக அடித்தள சுவர் கட்டுதல் சுபம் தரும்.

கிணறு தோண்டுதல்

1. **நல்ல மாதங்கள்:**
   ஆடி, புரட்டாசி, மார்கழி, மாசி ஆகிய மாதங்கள் தவிர மற்ற மாதங்கள் நல்லவை.

2. **கிழமைகள்:**
   திங்கள், புதன், வியாழன், வெள்ளி நல்ல கிழமைகள்.

3. **திதிகள்:**
   பஞ்சமி, சப்தமி, திருதியை, ஏகாதசி, திரயோதசி, நல்ல திதிகள்.

4. **நட்சத்திரங்கள்:**
   ரோகிணி, மிருகசீரிஷம், மகம், உத்திரம், அஸ்தம், சித்திரை, கேட்டை, பூராடம், உத்திராடம், திருவோணம், உத்திரட்டாதி ஆகியவை நல்ல நட்சத்திரங்களாகும்.

5. **ராசிகள்:**
   ரிஷபம், கடகம், மகரம், கும்பம், மீனம் நல்லவை.

6. **யோகினி:**
   பாதாள யோகினி இருக்கக் கூடாது.
   (அமாவாசை, வளர்பிறை - தசமி, தேய்பிறை - பஞ்சமி நாட்கள் பாதாள யோகினி நாட்களாகும்)

7. மனையின் வடகிழக்குப் பகுதியில் கிணறு தோண்ட வேண்டும். ஈசான்ய மூலைக்கு சற்று தள்ளி கிழக்கிலோ, வடக்கிலோ தோண்டுவது நல்லது ஆகும். அதனால், செல்வச் செழிப்பு, முன்னேற்றம் உண்டாகும்.

8. தெற்குப் பகுதியில் கிணறு இருந்தால், பெண்களுக்கு நோய்களும் மரணமும் ஏற்படும்.
   மேற்குப் பகுதியில் கிணறு இருந்தால், ஆண்களுக்கு நோயும், வறுமையும் உண்டாகும்.

9. அக்னி பகுதியில் கிணறு இருந்தால் திருமண வாழ்வில் சங்கடங்கள் தரும். உடல் ஆரோக்கியம் பாதிப்பு இருக்கும்.

10. நிருதி பகுதியில் கிணறு இருந்தால் கடன் தொல்லைகள், நோய் நொடி சிரமங்கள், துர்மரணம், காரியத்தடை, வீண் விரயங்கள் ஏற்படும்.

11. வாயு பகுதியில் கிணறு இருந்தால் வீண் வழக்குகள், சண்டை சச்சரவுகள் ஏற்படும். கெட்ட பெயரைத் தரும்.

12. கிழக்கு பக்கம் கிணறு இருந்தால் ஆண்களுக்கு முன்னேற்றம் தொழிலில் மேன்மை யாவும் அமையும்.

13. வடக்கு பக்கம் கிணறு இருந்தால் பெண்களுக்கு முன்னேற்றம் பல நன்மைகள் இன்ப வாழ்வு அமையும்.

கழிவு நீர் வடிகால்

1. கழிவு நீருக்கு வடிகால், கிழக்கு, வடக்கு பகுதிகளுக்கு செல்லுமாறு அமைக்க வேண்டும்.
2. தென்கிழக்கு, வட மேற்குப் பகுதிகளில் கழிவு நீருக்கு வடிகால் அமைத்தால் தீமை பயக்கும்.
3. அடுத்த வீட்டு கழிவு நீர், நம் வீட்டு மனைக்குள் கழிக்கப்பட்டு வந்தால் தீமை பயக்கும். தடுக்கப்பட வேண்டும்.

கிரக ஆரம்பம்

வாஸ்து விழிக்கும் நேரம்

வாஸ்து புருஷன் விழிக்கும் நாட்கள்

	மாதம்	தேதி	நாழிகை
1.	சித்திரை	10ம் தேதி	5 நாழிகை
2.	வைகாசி	21ம் தேதி	8 நாழிகை
3.	ஆடி	11ம் தேதி	2 நாழிகை
4.	ஆவணி	6ம் தேதி	21 நாழிகை
5.	ஐப்பசி	11ம் தேதி	2 நாழிகை
6.	கார்த்திகை	8ம் தேதி	10 நாழிகை
7.	தை	12ம் தேதி	8 நாழிகை
8.	மாசி	22ம் தேதி	8 நாழிகை

1. ஆனி, புரட்டாசி, மார்கழி, பங்குனி மாதங்களில் வாஸ்து புருஷன் நித்திரை நீங்கி எழுவதில்லை.
2. மேற்கண்ட நாழிகைக்குமேல், மூன்றே முக்கால் நாழிகை (ஒன்றரை மணி நேரம்) வாஸ்து புருஷன் தூக்கம் விடுத்து, விழித்திருப்பார்.

3

வாஸ்து விழிக்கும் நேரம்

வாஸ்து புருஷன், விழித்த பிறகு கீழ்க்கண்டவாறு, முக்கால் நாழிகை (18 நிமிடம்) வீதம் ஒவ்வொன்றாக செயல்படுவார்.

1. முதல் ஜாமம் — பல் துலக்கல் — அரச பயம் தரும்
2. இரண்டாம் ஜாமம் — ஸ்நானம் செய்தல் — பீடை வரும்
3. மூன்றாம் ஜாமம் — பூஜை செய்தல் — வறுமை தரும்
4. நான்காம் ஜாமம் — போஜனம் செய்தல் — பிள்ளைப்பேறு உண்டு
5. ஐந்தாம் ஜாமம் — தாம்பூலம் தரித்தல் — மகா உத்தம காலம்

ஐந்தாம் ஜாமத்தில் கிரக ஆரம்பம் செய்யவும்.

வாஸ்து விழிப்பும், சுப நேரமும்

மாதம், தேதி	விழிக்கும் நேரம்	சுப நேரம்
1. சித்திரை, 10	8.00 - 9.30 மு.ப.	9.12 - 9.30 மு.ப.
2. வைகாசி, 21	9.12 - 10.42 மு.ப.	10.24 - 10.42 மு.ப.
3. ஆடி, 11	6.48 - 8.18 மு.ப.	8.00 - 8.18 மு.ப.
4. ஆவணி, 6	2.24 - 3.54 பி.ப.	3.36 - 3.54 பி.ப.
5. ஐப்பசி, 11	6.48 - 8.18 மு.ப.	8.00 - 8.18 மு.ப.
6. கார்த்திகை, 8	10.00 - 11.30 மு.ப.	11.12 - 11.30 மு.ப.
7. தை, 12	9.12 - 10.42 மு.ப.	10.24 - 10.42 மு.ப.
8. மாசி, 22	9.12 - 10.42 மு.ப.	10.24 - 10.42 மு.ப.

மேலே குறிப்பிடப்பட்டுள்ள நேரம் சூரிய உதயம் காலை 6.00 மணி என்று கணக்கிட்டு, உள்ளூர் நேரத்திற்கேற்ப கண்டறிந்து, நேரம் சரி செய்துகொள்ள வேண்டும்.

18 நிமிட நேரம் தான் சுப நேரம் என்று கருதப்படுவதால், வாஸ்துவின் ஆசி பெறக்கூடிய அந்த 18 நிமிட நேரத்திற்குள் கிரகம் ஆரம்பித்தால் சுபம் தரும். எல்லா நலன்களும் உண்டாகும்.

கிரக ஆரம்பம் - நல்ல நேரம்

1. மாத பலன்கள்

1.	சித்திரை	–	பொருள் நஷ்டம்
2.	வைகாசி	–	வெற்றி கிடைக்கும்
3.	ஆனி	–	மரண பயம் தரும்
4.	ஆடி	–	கால் நடை சேதம்
5.	ஆவணி	–	உறவினர் சேர்க்கை
6.	புரட்டாசி	–	நோய் தரும்
7.	ஐப்பசி	–	குடும்ப சண்டை
8.	கார்த்திகை	–	லட்சுமி வாசம்
9.	மார்கழி	–	பயம் தரும் வாழ்க்கை
10.	தை	–	அக்னி அபாயம்
11.	மாசி	–	செல்வம் தரும்
12.	பங்குனி	–	பொருள் நஷ்டம்

2. வார பலன்கள்

1. ஞாயிற்றுக்கிழமை – அக்னி பயம்
2. திங்கட்கிழமை – சுபம், தனம் தரும்
3. செவ்வாய்க்கிழமை – அக்னி பயம்
4. புதன்கிழமை – சுபம் தரும்
5. வியாழக்கிழமை – சுபம் தரும்
6. வெள்ளிக்கிழமை – சுபம் தரும்
7. சனிக்கிழமை – சோர பயம்

ஆகாத காலங்கள்

1. குரு சுக்கிரன் அஸ்தமனம் ஆனாலும்,
2. குரு, சுக்கிரன் பகை ஸ்தானத்தில் மற்றும் நீச ஸ்தானத்தில் இருந்தாலும், பகைவர்களுடன் கூடியிருந்தாலும் வீடுகட்டுதல் கூடாது.
3. வீட்டு சொந்தக்காரர்களுக்கு, ஜாதிக்குரிய கிரகம்,
   சத்ருக்களுடன் கூடினாலும்,
   அஸ்தமனம் ஆனாலும்,
   நீச ஸ்தானத்தில் இருந்தாலும்

வீடு கட்டினால், வேற்று மனிதர்கள் வீட்டை அபகரித்துக் கொள்ளுவார்கள்.

குரு, சுக்கிரன்	–	அந்தணர்கள்
சூரியன், அங்காரகன்	–	க்ஷத்திரியர்கள்
சந்திரன், புதன்	–	வைசியர்கள்
சனி	–	பிறர்

4. மனைவி கர்ப்பமாயிருக்கும்போது கிரக ஆரம்பம் செய்யக்கூடாது.

கிரக சஞ்சாரம்

கிரகங்கள், சில நட்சத்திர பாதங்களில் உலவும் காலத்தில் நற்பலன்களைத் தரக்கூடும். சில நட்சத்திர பாதங்களில் உலவும்போது துர்பலன்களையும் தரக்கூடும்.

அசுப கிரகங்களாகிய சூரியன், அங்காரகன், சனி, ராகு, கேது, கெடுதலைத் தரக்கூடிய சஞ்சாரக் காலங்களை விலக்க வேண்டும். சுப கிரகங்களாகிய புதன், குரு, சுக்கிரன் நற்பலன்கள் தரக்கூடிய சஞ்சாரக் காலங்களைத் தேர்ந்தெடுத்து கிரகம் ஆரம்பம் செய்ய உத்தமம்.

சூரியன், பரணி 3, 4, கிருத்திகை, ரோகிணி 1ல் நட்சத்திர பாதங்களில் உலவும்போது, சித்திரை-வைகாசி மாதங்கள் அக்னி நட்சத்திர காலமாகும். இந்த கொடிய காலத்தை விலக்கவேண்டும். அசுப கிரகசாரங்களை விலக்கி, சுப கிரகசாரங்களில் கிரக ஆரம்பம் செய்தால் சுபயோகம் நீடித்து நிற்கும்.

கிரக சார பலன்கள்

1. சூரிய சாரம் :

பரணி 3, 4, கார்த்திகை, ரோகிணி 1ல் இருக்க வீடு கட்ட ஆரம்பித்தால் அக்கினி பயம்.

2. அங்காரக சாரம் :

கிருத்திகை, பூசம், மகம், பூரம், அஸ்தம், மூலம், ரேவதியில் இருக்கும்போது வீடு கட்ட ஆரம்பித்தால் அக்னி பயம், புத்திர தீங்கு.

3. புதன் சாரம் :

அசுவினி, ரோகிணி, மிருகசீரிஷம், உத்திரம், அஸ்தம், சித்திரையில் இருக்கும்போது ஆரம்பித்தால் (அல்லது) புதன் லக்கினத்தில் இருக்க, (அல்லது) புதன் உச்சத்தில் இருக்க ஆரம்பித்தால் சுக வாழ்வு, புத்திர சம்பத்து உண்டு.

4. குரு சாரம் :

உத்திரம், உத்திராடம், உத்திரட்டாதி, திருவோணம், பூராடம், ரோகிணி, மிருகசீரிஷம், பூசம், ஆயில்யம் நட்சத்திரங்களில் இருக்கும்போது ஆரம்பித்தால் சகல சம்பத்துகளும் கிடைக்கும்.

5. சுக்கிர சாரம் :

கேட்டை, புனர்பூசம், சித்திரை, அசுவினி, பூராடம், அவிட்டம், அனுஷம், விசாகம், திருவாதிரை, சதயம் ஆகிய நட்சத்திரங்களில் இருக்கும்போது ஆரம்பித்தால் சுகபோகம் தரும்.

6. சனி சாரம் :

சதயம், பூரட்டாதி, சுவாதி, உத்திரட்டாதி, பரணி, அவிட்டம், கேட்டை, அனுஷத்தில் இருக்கும்போது ஆரம்பித்தால், பேய், பிரம்மராக்ஷசன், மூதேவி வசிப்பார்கள்.

7. ராகு சாரம் :

ராகு இருக்கும் லக்னத்திற்கு எதிர் சாரம், பதினான்காவது நட்சத்திரம், மிருத்துவ சாரத்தில், இருக்க வீடு ஆரம்பித்தால் கெடுதலைத் தரும்.

சகுனம்

1. முதல் முதலாக மண் வெட்டும்போது மண் வெட்டி முறிந்தால், பிடி பிளவுபட்டால், கணை, பூண் கழன்றால், வீட்டுத் தலைவனுக்கு பலவிதத்தில் துன்பம் நேரிடும்.

2. கொத்தனார் பிடித்த கயிறு அறுந்தால் அபசகுனம்.

3. சுவர் எழுப்பும்போது, வெளிப்பக்கம் வீழ்ந்தால் கலகம், உள்பக்கம் வீழ்ந்தால், வீட்டுக்காரருக்கு கெடுதல்.

யோக வீடுகள்

1. கடகம், மீனம், தனுசு லக்னங்களில் குரு அல்லது சுக்கிரன் இருக்க வியாழக்கிழமை வீடுகட்ட ஆரம்பித்தால், மக்கள்

செல்வம் பெற்று, சுகமாக, ராஜயோகத்துடன் வாழ்க்கை அமையும்.

2. லக்னம் எதுவாயிருந்தாலும், லக்னத்தில் குருவோ, சுக்கிரனோ இருக்க வீடுகட்ட ஆரம்பித்தால், பல ஆண்டுகள் சுகபோக வாழ்வு கிடைக்கும். (நீசமாகவோ அல்லது பகை ஸ்தான மாகவோ இருக்கக் கூடாது.

3. லக்னத்தில் புதன் இருந்தால், சுக வாழ்வு தரும். புதனோடு, சுக்கிரன், குரு இருந்தால் நலமான வாழ்வு சிறப்பாக அமையும். கிரகம் ஆரம்பிக்க இதுவும் ஒரு நல்ல நேரம்.

4. ஜல ராசியில் சந்திரன் இருக்க அல்லது 5ம் வீட்டில் 9ம் வீட்டில் சந்திரன் இருக்க வீடுகட்டினால் செல்வச் செழிப்பு தரும்.

வீட்டின் ஆயுள்

1. லக்னத்தில் சுக்கிரன், 7ம் வீட்டில் குரு, 10ம் வீட்டில் சந்திரன், இருக்க கிரக ஆரம்பம் செய்தால், வீட்டிற்கு ஆயுள் ஆயிரம் ஆண்டுகள். (சுப ஆதிபத்யம் இருக்க வேண்டும்)

2. குரு தன் வீட்டில் ஆட்சி பெற்றிருக்க, சுக்கிரன் வீட்டில் (ரிஷபம், துலாம்) புதன் இருக்க கிரக ஆரம்பம் செய்தால், கட்டிடத்தின் ஆயுள் 800 ஆண்டுகள்.

3. லக்னத்தில் குருவும் சுக்கிரனும் இருக்க, 5 அல்லது 3ம் வீட்டில் சூரியன், 6ம் வீட்டில் அங்காரகன் இருக்க, கட்டிடம் ஆரம்பம் செய்தால், கட்டிடத்திற்கு ஆயுள் 100 ஆண்டுகள்.

ராசிக்கு ஏற்ற வீடு

1. கடகம், விருச்சிகம், மீனம் ராசிகளில் பிறந்தவர்களுக்கு கிழக்குப் பார்த்த வீடு உத்தமம்.

2. ரிஷபம், கன்னி, மகரம் ராசிகளில் பிறந்தவர்களுக்கு தெற்குப் பார்த்த வீடு உத்தமம்.

3. மிதுனம், துலாம், கும்பம் ராசிகளில் பிறந்தவர்களுக்கு மேற்குப் பார்த்த வீடு உத்தமம்.

4. மேஷம், சிம்மம், தனுசு ராசிகளில் பிறந்தவர்களுக்கு வடக்குப் பார்த்த வீடு உத்தமம்.

மனையின் கட்டிட அமைப்பு

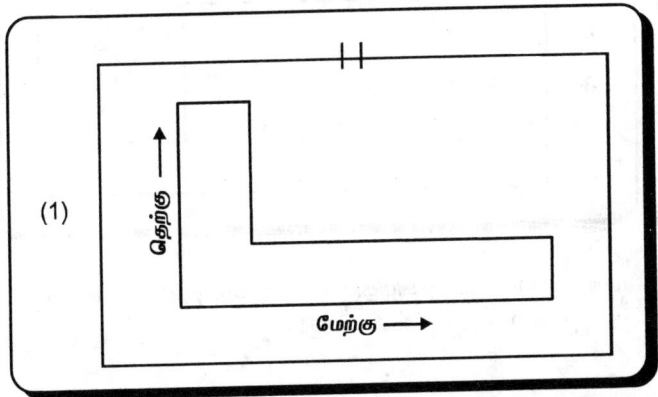

(1)

1. மனையில்-தெற்கு மேற்கு கட்டிய வீட்டிற்கு லட்சுமி கடாட்சம் உண்டு.

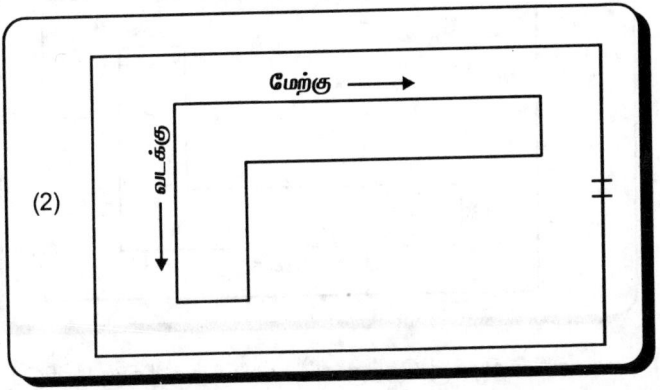

(2)

2. மனையில் மேற்கு-வடக்கு கட்டிய வீட்டில் திருட்டு பயம், பீடை உண்டாகும்.

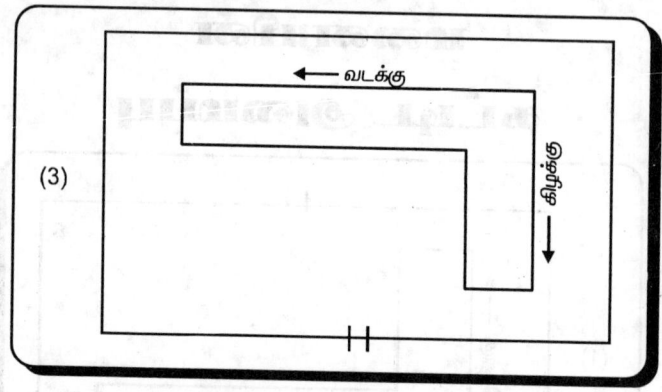

3. மனையில் வடக்கு-கிழக்கு கட்டிய வீட்டிற்கு திருட்டு பயம், விஷத்தால் ஆபத்து உண்டாகும்.

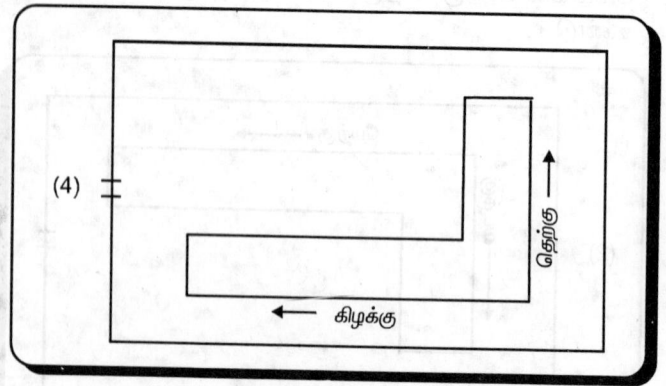

4. மனையில் கிழக்கு-தெற்கு கட்டிய வீட்டிற்கு தீங்கு நேரிடும்.

மனையின் அமைப்பு

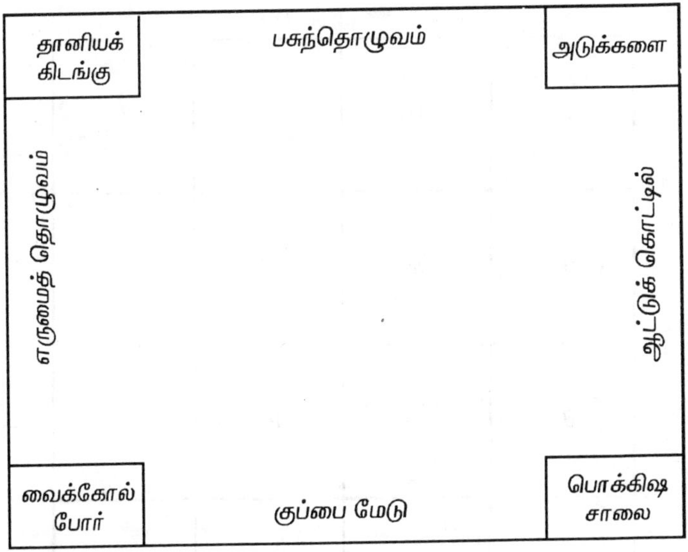

தானியக் கிடங்கு	பசுந்தொழுவம்		அடுக்களை
எருமைத் தொழுவம்			ஆட்டுக் கொட்டில்
வைக்கோல் போர்	குப்பை மேடு		பொக்கிஷ சாலை

1. கிழக்கு   –   ஆட்டுக்கொட்டில்
2. மேற்கு   –   எருமைத் தொழுவம்
3. வடக்கு   –   பசுந்தொழுவம்
4. தெற்கு   –   குப்பைமேடு

1. வடகிழக்கு   –   அடுக்களை
2. வடமேற்கு   –   தானியக்கிடங்கு
3. தென்கிழக்கு   –   பொக்கிஷ சாலை
4. தென்மேற்கு   –   வைக்கோல் போர்

மேற்படி அமைப்பு விவசாயிகளுக்கு ஏற்ற அமைப்பு.

வீட்டின் பகுதிகள்

10	11	12	1
9	16	13	2
8	15	14	3
7	6	5	4

1.	ஈசான்ய பகுதி	2 & 3. கிழக்கு பகுதி
4.	அக்னி பகுதி	5 & 6. தெற்கு பகுதி
7.	நிருதிப் பகுதி	8 & 9. மேற்கு பகுதி
10.	வாயு பகுதி	11 & 12. வடக்கு பகுதி
13.	வடகிழக்கு பகுதி	14. தென்கிழக்கு பகுதி
15.	தென்மேற்கு பகுதி	16. வடமேற்கு பகுதி

வீட்டின் அமைப்பு

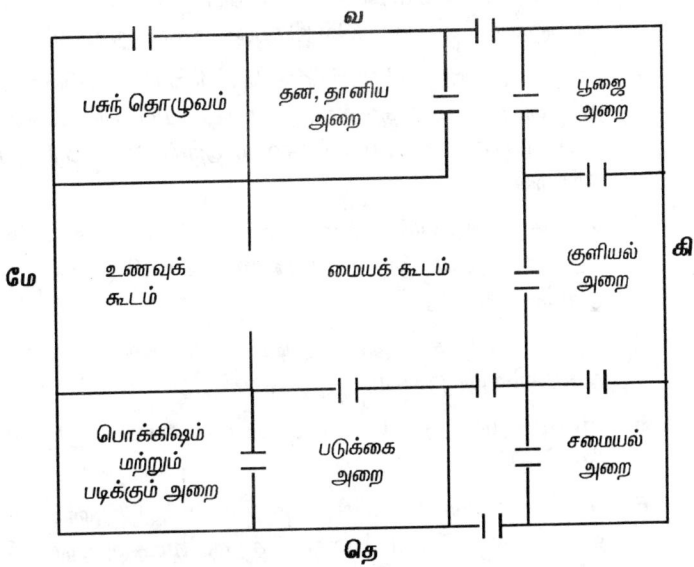

1. சாத்திரப்படி கீழ்க்கண்டவாறு வீடு கட்டினால் அந்த அமைப்பு, சீரும் சிறப்பும் தரும்.

    1. கிழக்கு – குளியல் அறை
    2. மேற்கு – உணவுக் கூடம்
    3. வடக்கு – தன, தானிய அறை
    4. தெற்கு – படுக்கை அறை
    5. அக்னி மூலை (தென்கிழக்கு) – சமையலறை
    6. நிருதி மூலை (தென்மேற்கு) – படிக்கும் அறை
    7. வாயு மூலை (வடமேற்கு) – பசுந்தொழுவம்
    8. ஈசான்ய மூலை (வடகிழக்கு) – பூஜையறை

    இது ராஜ யோகம் தரும் அமைப்பு

1. வசிப்பதற்கு ஏற்ற பகுதிகள்

1. தாய், தந்தை, மூத்தவர்கள், பெரியவர்கள், குரு முதலானோர், தெற்கு-மேற்குப் பகுதியில் இருந்தால் நன்மை பயக்கும். நிருதி மூலையில் இருப்பது மிகவும் நல்லது.

2. வாயுப் பகுதியில், சிறுவர்கள், விருந்தினர்கள் தங்குவது நல்லது. குடும்பத் தலைவரும் தலைவியும் தங்கினால், தம்பதியர்களிடையே சச்சரவும், தற்காலிகப் பிரிவும் ஏற்படும்.

3. தெற்குப் பகுதியில், தென்மேற்கு, மேற்குப் பகுதிகளில் படுக்கை அறை இருப்பது நல்லது. அக்னி மூலையில் இருக்கக் கூடாது.

4. அக்னி மூலைக்கு அடுத்தபடியாக சமையலறை, வாயு மூலையில் இருக்கலாம்.

5. வீட்டின் நடுப்பகுதி, பொது உபயோகக் கூடமாக இருக்க வேண்டும்.

6. படுக்கையறையில், கழிவறை இணைந்து இருந்தால், உபயோகப்படுத்தும்போது, தெற்கு, வடக்கு நோக்கி அமரும்படியாக இருக்க வேண்டும். மற்ற திசைகள் கூடாது.

7. வடக்கு பாகத்தில் உள்ள அறையில் தனம், தானியம் அறை அமைதல் சிறப்பு. அந்த அறையில், தெற்கு, மேற்குப் பகுதியில் பெட்டகம் வைத்து, கிழக்கு அல்லது வடக்கு நோக்கி இருந்தால் நல்லது.

2. கிழக்கும் மேற்கும்

வீட்டின் கிழக்கு பக்கமும் மேற்கு பக்கமும் நன்கு அமைந்தால், ஆண்களுக்கு மிகவும் நற்பலன்களைத் தரும். தொழில் (அ) பதவியில் முன்னேற்றம், கல்வியில் முன்னேற்றம், பெற்றோர் பிள்ளைகள் சுமுக உறவு இருக்கும். அரசாங்க ஆதரவும் பாராட்டும் கிடைக்கும்.

(a) நல்ல அமைப்புகள்

(1) கிழக்கு பக்கம் முக்கிய நுழைவாயில் இருந்தால் நல்லது.

(2) கிழக்கு பக்கம் சுவர் மற்றும் சுற்றுச் சுவர் சற்று உயரம் குறைவாக இருக்க வேண்டும்.

(3) மேற்கு பக்கம் சுவர் மற்றும் சுற்றுச் சுவர் கிழக்கைவிட சற்று உயரமாக இருக்க வேண்டும்.

(4) கிழக்கு பக்கம் இரு வீடுகளுக்கிடையே பொது சுவர் இருக்கக்கூடாது.

(5) கிழக்கு பக்கம் சற்று உயரமான திண்ணை இருக்கக் கூடாது. மேற்கு பக்கம் உயரமான திண்ணை இருக்கலாம்.

(6) வீட்டைச் சுற்றியுள்ள காலி மனை கிழக்கு பக்கம் அதிகமாகவும், மேற்கு பக்கம் குறைவாகவும் இருக்க வேண்டும்.

(7) கிழக்கு பக்கம் அதிக உயரமான மரங்கள் இருக்கக் கூடாது. மேற்கு பக்கம் அதிக உயரமான மரங்கள் இருக்க வேண்டும்.

(8) கிணறு (அ) துளை கிணறு (Bore-well) ஈசான்ய பகுதியில் அல்லது அருகில் கிழக்கு பக்கம் இருக்கலாம்.

(9) வடிநீர் மற்றும் கழிவு நீர் கால்வாய், கழிவு நீர் தொட்டி (பள்ளம்) மற்றும் குடிநீர் தொட்டி (பள்ளம்) கிழக்கு பக்கம் இருக்க வேண்டும்.

(b) பாதிக்கும் அமைப்புகள்

(1) வடக்கு-தெற்கு சாலையில் கிழக்கு பக்கம் வீடு இருப்பது.

(2) வீட்டின் கிழக்கு பகுதியில் சன்னல்கள் இல்லாமல் இருப்பது.

(3) கிணறு, கழிவுநீர் கால்வாய் போன்ற நீர் அமைப்புகள் மேற்கில் இருப்பது.

3. வடக்கும் தெற்கும்

வீட்டின் வடக்கு பக்கமும், தெற்கு பக்கமும் நன்முறையில் அமைந்திருக்குமானால் பெண்களுக்கு நல்ல பலன்கள் தரும். பெண்களுக்கு உடல் ஆரோக்கியம், தொழில், பதவி முன்னேற்றம், கல்வியில் தேர்ச்சி காணமுடியும். வாழ்க்கையில் பெண்கள் முன்னேற்றம் காண்பார்கள்.

(a) நல்ல அமைப்புகள்

(1) கிழக்கு-மேற்கு சாலையில் சாலைக்கு தெற்கே வீடு அமைவது.

(2) வீட்டைச் சுற்றியுள்ள காலியிடம் வடக்கே அதிகமாகவும், தெற்கே குறைவாகவும் இருக்க வேண்டும்.

(3) தெற்கு சுவர் (அ) சுற்றுச் சுவர் வடக்கைவிட சற்று உயரமாக இருக்க வேண்டும்.

(4) தெற்கு பக்கம் உயரமாக திண்ணை இருக்க வேண்டும்.

(5) வடக்கு பகுதியைவிட தெற்கு பகுதி தரை சற்று மேடாக இருக்க வேண்டும்.

(6) தெற்கில் வளரும் மரங்கள் வடக்கில் உள்ளதைவிட உயரமாக இருக்க வேண்டும்.

(7) வடக்கு பக்கம் கிணறு (அ) துளை கிணறு, நீர்நிலை தொட்டி (பள்ளம்), கழிவு நீர் தொட்டி (பள்ளம்) மற்றும் நீர் தாரைகள் இருக்க வேண்டும்.

(b) பாதிக்கும் அமைப்புகள்

(1) வடக்கு பக்கம் சன்னல்கள் இல்லாமல் இருப்பது.

(2) வடக்கு பக்கம் இரு வீடுகளுக்கிடையே பொது சுவர் இருப்பது.

(3) தெற்கு பக்கம் கிணறு இருப்பது, நீர் நிலைகள் இருப்பது.

4. நான்கு பக்கங்கள்

நான்கு பக்கங்களும் நன்கு அமைந்திருக்குமானால், ஆண், பெண் இருபாலரும் மகிழ்ச்சியாக வளமுடன் வாழ முடியும் என்பது சாத்திரம் கூறும் உண்மை.

ஈசான்ய மூலை

1. இந்தப் பகுதி தாழ்வானதாகவும் சுத்தமான பகுதியாகவும் இருத்தல் நல்லது. கிணறு, நீர்ப் பம்புகள் இந்தப் பகுதியில் இருந்தால் சக்தியைத் தரும்.

2. பூஜையறைக்கு உகந்த இடம். இந்த மூலையை உட்புறமாகவோ, வளைவாகவோ கட்டக்கூடாது. இந்த மூலையை சற்றே விரிவு படுத்தினால் சுபிட்சம் தரும். இந்த மூலையில் வாசற்படி இருந்தால் சுபிட்சம் தரும்.

3. ஈசான்ய மூலை திறந்தவெளியாக இருப்பது நல்லது. இந்த மூலை வழியாக மழை நீர், குளியலறைக்குள் பாய்ந்து வந்து வடிகாலில் சேர்வது நல்லது.

4. ஈசான்யத்துக்கு அடுத்தபடியாக கிழக்குப் பகுதியில் பூஜையறை இருக்கலாம்.

5. ஈசான்ய மூலையில், மேல்நிலை நீர்த்தொட்டி அமைக்கக் கூடாது. அமைத்தால் பெண்களுக்கும், குழந்தைகளுக்கும் ஆகாது.

6. ஈசான்ய மூலையில் சமையல் அறை இருக்கக் கூடாது. இந்த மூலையில் இரும்புப் பெட்டகமும் இருக்கக் கூடாது.

7. இந்த மூலையில், கழிவறைகள், கழிவு நீர்த்தொட்டிகள் இருக்கக் கூடாது. ஈசான்ய மூலைக்கு அருகில் கிழக்கில் கழிவறை இருந்தால், ஆண்களுக்கு ஆகாது. மூலைக்கு அருகில் வடக்குப்பகுதியில் கழிவறை இருந்தால், பெண்களுக்கு ஆகாது.

8. ஈசான்ய மூலையில் மாடிப்படி இருக்கவோ, ஆரம்பிக்கவோ கூடாது. வீட்டிற்கு உள்ளேயும் வெளியேயும் இதே விதியை அனுசரித்தல் நல்லது. கிழக்குப் பகுதியில் மாடிப்படி அமைப்பது தவிர்க்க முடியாததாயின், மூலையை விடுத்து, சற்று தூரத்தில் தள்ளி மாடிப்படி வடக்கிலிருந்து தெற்கு முகமாக ஏறும்படி அமைக்க வேண்டும்.

9. இந்த மூலை விரிகோண அமைப்பை பெற்றிருக்கக் கூடாது.
10. உபயோகமற்ற பொருட்களை அந்தப் பகுதியில் அடைத்து வைக்கக் கூடாது.
11. ஈசான்ய மூலை நன்கு அமைந்திருக்குமானால் பொருளாதார வளர்ச்சியையும், உயர்பதவியையும் அளிக்கும்.
12. மக்கட்பேறு கிடைக்கும். குழந்தைகள் அறிவாற்றலுடன் இருப்பார்கள்.
13. வாரிசுகள் நல்ல முன்னேற்றம் காண்பார்கள்.
14. மேற்கண்டவாறு ஈசான்ய மூலை நன்கு அமையாவிட்டால் மேற்கூறப்பட்ட நற்பலன்கள் யாவும் பாதிக்கப்படும்.

அக்னி மூலை

1. ஈசான்ய மூலையைவிட உயர்ந்தும் வாயு மூலைக்கு சமமாகவும், நிருதி மூலைக்கு சற்று தாழ்ந்தும் இருந்தால், நலம் பயக்கும். இந்த மூலை வளைந்து இருக்கக் கூடாது. நேர்கோணத்தில் இருக்க வேண்டும்.

2. இந்தப் பகுதியில் சமையலறை இருப்பது நல்லது. தலைவி கிழக்கு நோக்கி சமைக்கும்படியாக அடுப்பு அமைந்திருக்க வேண்டும்.

3. இந்த மூலையை விரிவுபடுத்தினால் கட்டிடம் தீக்கிரையாகும். விபத்தில் மரணம் ஏற்படும். பிள்ளைகள் வழி தவறிச் செல்வார்கள்.

4. இந்தப் பகுதியில் கிணறோ, தண்ணீர் பம்ப்போ (Pump) இருக்கக் கூடாது. மன நிம்மதியைக் கெடுக்கும். பெண்களுக்கு நோய் உண்டாகும். சந்ததிகளுக்கு ஆகாது.

5. இந்தப் பகுதியில் படுக்கை அறை இருந்தால், தம்பதிகள் நோய் வாய்ப்படுவர். அவர்களிடையே சண்டை சச்சரவு ஏற்படும்.

6. இந்த மூலையில் பணம், ஆபரணம் வைக்கும் பெட்டகம் இருந்தால், வீண் விரயமாகும்.

சுராவின் வாஸ்து சாஸ்திரம்

7. இந்த மூலையில் நுழைவாயில் இருந்தால் ஆண்களுக்கு ஆகாது.

8. இந்த மூலை நன்கு அமைந்திருக்குமானால் சுபகாரியங்கள் தடையின்றி நிறைவேறும்.

9. குடும்பத்தார் மனநிலை நன்றாக இருக்கும். முன்னேற்றம் காணமுடியும்.

10. மேற்கண்டவாறு அக்னி மூலை அமையாவிடில், மேலே கூறப்பட்ட நற்பலன்கள் யாவும் தடைபடும்.

வாயு மூலை

1. அக்னி மூலைக்கு சமமாகவும், ஈசான்யத்தைவிட உயர்ந்தும், நிருதியைவிட சற்று தாழ்ந்தும் இருப்பது சுபம் தரும்.

2. அக்னி மூலைக்கு அடுத்தபடியாக இந்தப் பகுதியில் சமையலறை அமைக்கலாம். அறையின் அக்னி மூலையில் அடுப்பு அமைத்து, தலைவி கிழக்கு நோக்கி சமைக்குமாறு இருக்க வேண்டும்.

3. விருந்தினர் அறை, சிறுவர்கள் அறை இந்தப் பகுதியில் இருப்பது நல்லது.

4. இந்த மூலையை விரிவுபடுத்தினால் வீண் செலவுகள் ஏற்படும். மூலை நேர்கோணமாக இருத்தல் நல்லது.

5. இந்தப் பகுதியில் கிணறோ, நீர்ப் பம்ப்போ (Pump) இருந்தால் நிதி நெருக்கடியைத் தரும். குழந்தைகளுக்கு நோய் நொடிகளின் துன்பம் இருக்கும்.

6. இந்த மூலை நன்கு அமைந்திருக்குமானால், குழந்தைகள் ஆரோக்கியமாக வளர்வார்கள். வெற்றிகள் பல பெற்று நற்பலன்கள் பல காண்பார்கள்.

7. இந்த மூலை நன்கு அமையாவிடில் வீண் வழக்குகள், சண்டை சச்சரவுகள் ஏற்படும். அவப் பெயர் உண்டாகும். குழந்தைகள் வளர்ச்சியைப் பாதிக்கும்.

நிருதி மூலை

1. மனையும், கட்டிடமும், மற்ற பகுதிகளைவிட சற்றேனும், உயரமானதாக இருக்க வேண்டும். சுற்றுச்சுவரும் (Compound wall) நிருதி மூலையில் சற்றே உயரமானதாக இருந்தால், தீமைகளைத் தடுக்கும்.

2. இந்தப் பகுதியில் இரும்புப் பெட்டகம் வைக்கலாம். பெட்டகம் வடக்கு அல்லது கிழக்கு நோக்கி வைத்திருக்க வேண்டும். இந்தப் பகுதியில் மாடிப்படி இருப்பது நல்லது.

3. இந்தப் பகுதியில் மேல்நிலை நீர்த்தொட்டி அமைக்க வேணடும். மற்றபடி வாயு அல்லது அக்னி மூலையில் மேல்நிலை நீர்த்தொட்டி அமைக்க வேண்டிய நிர்ப்பந்தம் ஏற்பட்டால், அந்த மேல்நிலை நீர்த்தொட்டியைவிட, சற்று உயரமாக நிருதி மூலையைக் கட்ட வேண்டும்.

4. இந்த மூலையை விரிவுபடுத்தக் கூடாது. மூலை நேர் கோணத்தில் இருக்க வேண்டும்.

5. இந்தப் பகுதியில் கிணறோ, தண்ணீர்க் குழாயோ இருந்தால் பொருள் நஷ்டம். பெண்களுக்கும் குழந்தைகளுக்கும் ஆகாது, நோய் நொடிகள், ஆயுள் பங்கம் ஏற்படுத்தும்.

6. இந்தப் பகுதியில் கழிவு நீர்த் தொட்டி (Septic tank) இருக்கக் கூடாது. இந்த மூலைக்கு தெற்கு, மேற்கு பகுதிகளிலும் இருக்கக் கூடாது.

7. இந்த மூலை நன்கு அமைந்துவிட்டால் நிம்மதியான குடும்ப வாழ்க்கை அமையும். உடல் நலம் நன்கு இருக்கும்.

8. இந்த மூலை நன்கு அமையாவிட்டால் கடன் தொல்லைகள், நிம்மதியற்ற வாழ்க்கை, பெண்களுக்கு உடல்நலக் கோளாறு ஏற்படும்.

கட்டிட அளவுகள்

1. சகல வீடுகளுக்கும், மனையின் நீள, அகல அளவுக்கேற்ப, அறை, கூடம், வாசல், தாழ்வாரம், திண்ணை இவைகளை வகுத்துக் கட்ட வேண்டும்.

2. வீட்டிற்குள் ஒவ்வொரு பகுதியையும் அளவிட்டுக் கட்டினால் மட்டும் போதாது. நான்கு புறங்களின் வெளி அளவுகளும் நன்மை பயக்கக்கூடிய அளவுகளாக இருக்க வேண்டும்.

3. ஐந்தடிக்குள் அறை, கூடம் அமைப்பது கூடாது. நன்மை பயக்காது. ஆறு அடிக்குமேல் கட்டுவதுதான் சிலாக்கியமானது. மற்றும் பயன்பாடும் உடையதாக இருக்கும்.

4. கூடங்களானாலும், அறைகளானாலும், நிருதி மூலையிலிருந்து, ஈசான்ய மூலை வரை உள்ள அளவும், அக்னி மூலையிலிருந்து வாயு மூலை வரை உள்ள அளவும், சமமாக இருந்தால், வாழ்க்கையில் முன்னேற்றம் இருக்கும்.

5. ஒரு முழம் முதல் இரண்டு முழம் வரை, அவற்றின் கனம் (1½ அடி முதல் 3 அடி வரை) இருக்க வேண்டும்.

6. சுவரின் உயரம் எட்டு சாணுக்குக் குறைவாக இருக்கக் கூடாது. (6 அடிக்கு குறையக் கூடாது) சுவரின் அகலம் குறைந்தது 200 மி. மீ. (அ) 8 அங்குலம் இருக்க வேண்டும்.

7. தளத்தின் உயரம் 3.2 மீட்டர் (அ) 10 அடிக்கு மிகாமல் இருக்க வேண்டும்.

8. அடிக்கல் ஆழம் குறைந்தது 4 அடி (அ) 1.2 மீட்டர் இருக்க வேண்டும்.

9. மாடி முகப்பு (Balcony) கிழக்கு (அ) வடக்கு பக்கம் அமைக்கலாம்.

வாயில் முகப்பு மண்டபம் (Portico)

1. கிழக்கு பக்கம் வாயிற்படி உள்ள வீட்டிற்கு, ஈசான்ய கிழக்குப் பகுதியையொட்டி முகப்பு மண்டபம் கட்டலாம்.
2. மேற்கு பக்கம் வாயிற்படி உள்ள வீட்டிற்கு, மேற்கு வாயு மூலையையொட்டி முகப்பு மண்டபம் கட்டலாம்.
3. வடக்கு பக்கம் வாயிற்படி உள்ள வீட்டிற்கு, வடக்கு ஈசான்ய மூலையையொட்டி முகப்பு மண்டபம் கட்டலாம்.
4. தெற்கு பக்கம் வாயிற்படி உள்ள வீட்டிற்கு, தெற்கு அக்னி மூலையையொட்டி முகப்பு மண்டபம் கட்டலாம்.
5. தெற்கு, மேற்கு பக்கம் சற்று உயரம் அதிகம் உள்ளதாகவும், கிழக்கு, வடக்கு பக்கம் உயரம் சற்று குறைவாகவும் கட்ட வேண்டும். மேல் தளத்தையொட்டி இருக்க வேண்டும்.

நன்மை தரக்கூடிய அடி அளவுகள்

1. **நன்மையும் சுகமும் தரும்**

    6, 11, 21, 31, 32, 33, 36, 39, 64, 88, 100, 101, 102, 109, 111, 112, 113, 116 அடி அளவுகள்

2. **செல்வம் சேரும்**

    16, 26, 27, 41, 52, 72, 90, 92, 95, 106, 119 அடி அளவுகள்

3. **தெய்வ கடாட்சம், திருமகள் வாசம்**

    28, 30, 35, 42, 80, 108, 110, 115 அடி அளவுகள்

4. **பெருமை தரும் வாழ்க்கை**

    70 (செல்வாக்கு), 91 (புலமை) அடி அளவுகள்

5. **இராஜ யோகம்**

    8, 73, 74, 85, 107 அடி அளவுகள்

6. **சுக போகம்**

    10, 20, 84 அடி அளவுகள்

7. **புத்திர செல்வம்**

    45, 56, 66 அடி அளவுகள்

8. **வியாபார வளர்ச்சி**

    60, 97 அடி அளவுகள்

9. **பசு, பால் பாக்கியம்**

    29, 37, 79, 117 அடி அளவுகள்

10. **புதையல் யோகம்**

    68 அடி அளவு

11. **வாகன யோகம்**

    77, 87 அடி அளவுகள்

12. **எதிரிகளை அழிக்கும்**

    17, 22, 63 அடி அளவுகள்

13. **அரசாங்க ஆதரவு**

    71, 99 அடி அளவுகள்

14. **பல வீடுகள் கட்டும் யோகம்**

    89 அடி அளவு

தீமையைத் தரும் அடி அளவுகள்

1. **தீமையைத் தரும்**

    7, 23, 43, 49, 50, 81, 86, 96, 103 அடி அளவுகள்

2. **கவலையும் துன்பமும் தரும்**

    14, 15, 59, 120 அடி அளவுகள்

3. **வறுமை வாட்டும்**

    19, 38, 67, 118 அடி அளவுகள்

4. நஷ்டம் தரும்
   24, 46, 53, 104 அடி அளவுகள்

5. நோயினால் துன்பம்
   9, 13, 105 அடி அளவுகள்

6. மனைவி மரணம்
   25, 65 அடி அளவுகள்

7. மக்கட் பேறு இல்லை
   19, 57, 78 அடி அளவுகள்

8. மக்கள் மரணம்
   12, 76 அடி அளவுகள்

9. உரியவருக்கு மரணம்
   58, 75, 83 அடி அளவுகள்

10. வீடு பாழாகும்
   18, 48, 69 (நெருப்பு), 82 (இடி) அடி அளவுகள்

11. இட மாற்றம் உண்டாகும்
   34, 47, 93, 94, 98, 114 அடி அளவுகள்

12. பகைமை ஏற்படும்
   40, 55 அடி அளவுகள்

13. வீண் வழக்குகள் வரும்
   51, 54, 61 அடி அளவுகள்

14. பார்வை இழப்பு தரும்
   44 அடி அளவு

15. பேய், பிசாசு பயம்
   67 அடி அளவு

வீடு கட்ட விதிமுறைகள்

அனுசரிக்க வேண்டிய விதிகள்:

1. மனையின் தெற்கு, மேற்குப் பகுதிகளில் வீட்டைக்கட்டி, வடக்கிலும், கிழக்கிலும் காலியிடம் இருத்தல் நல்லது.
2. நிருதி மூலையில் காலியிடம் குறைவாக இருந்தால் நலம் பயக்கும்.
3. தெரு வாசற்படியைவிட வீட்டு வாசற்படி உயர்ந்து இருக்க வேண்டும்.
4. மாடிப்படிகள் கட்டும்போது, கிழக்கிலிருந்து மேற்காகவோ, வடக்கிலிருந்து தெற்காகவோ ஏறும்படி கட்ட வேண்டும்.
5. வீட்டுக்கு வெளியே மாடிப்படி கட்டும்போது, வெளி சுவற்றை ஒட்டிக் கட்டலாம். வீட்டுக்கு உள்ளே மாடிப்படி கட்டுவதானால், உள் சுவற்றுக்கு சற்று இடைவெளிவிட்டு படி அமைப்பது நல்லது.
6. மனைக்கு தெற்கேயும், மேற்கேயும் பெயர்த்துக் கட்டக் கூடாது. கிழக்கிலும் வடக்கிலும் பெயர்த்துக் கட்டலாம்.
7. வாயிற்படிக்கு எதிராக கட்டைச் சுவர் இருக்கக் கூடாது.
8. வாயிற்படிகளுக்கும், சாளரங்களுக்கும் எதிரே, சுவரோ, வாசற்படியோ, சாளரமோ எதிர்க்குத்தாக இருக்கக் கூடாது. வீட்டின் உத்தரம் (தூலம்) குத்து ஆகாது.
9. தெற்குப்புறம் தாழ்வாரம் கட்டினால் நிருதி மூலையில் அறையை அமைக்கலாம். வாயிற்படி கிழக்கு நோக்கி அமைக்க வேண்டும். அக்னி மூலையில் அறையைக் கட்டினால் வடக்கு நோக்கி வாயிற்படி இருக்க வேண்டும்.
10. கிழக்குப்புறம் தாழ்வர்ரம் கட்டினால் அக்னி மூலையில் அறையை அமைத்து வடக்கு நோக்கி வாயிற்படி கட்ட வேண்டும்.

சுராவின் வாஸ்து சாஸ்திரம்

11. மேற்குப்புற தாழ்வாரத்திற்கு நிருதி மூலையில் அறையைக் கட்டி வடக்குப் பார்த்த வாயிற்படி வைக்க வேண்டும்.

12. வடக்குப்புற தாழ்வாரம் கட்டினால் வாயு மூலையில் அறையை அமைத்து கிழக்குப் பார்த்த வாயிற்படி வைக்கலாம்.

13. ஈசான்ய மூலையில் அறை நிச்சயமாக அமைக்கக் கூடாது.

எதிர் குத்து

1. வீட்டில் பொருத்தப்படும், வாசற் படிகள், ஜன்னல்கள், சுவர் அலமாரிகள் யாவும் நேருக்கு நேராக பொருத்தப்படுகின்றன. அப்படி பொருத்தப்படுமானால் எதிர் குத்து இல்லாமல் இருக்க வேண்டும். ஒன்றுக்கொன்று எதிர் எதிராக இருப்பதோடு, அவைகளின் மையங்கள் நேர்கோணத்தில் இருக்க வேண்டும். அப்படி இல்லாவிட்டால் **எதிர் குத்து** என்பார்கள், தோஷமாகும்.

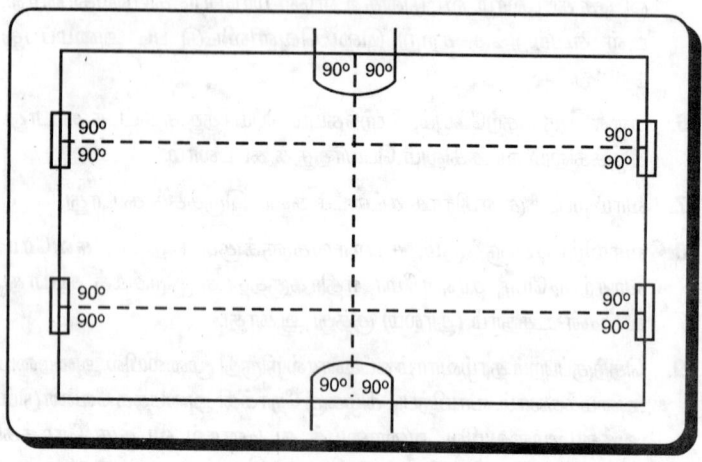

இது மாதிரி நேர்கோண அமைப்பில் இருந்தால் எதிர் குத்து தோஷம் கிடையாது.

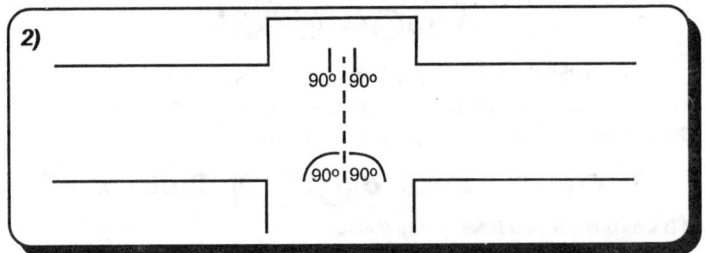

2)

வீட்டுக்கு எதிரே தெரு இருந்தால் அந்தத் தெருவின் மையப் புள்ளியும், எதிரேயுள்ள வீட்டு வாயிற்படியின் மையப்புள்ளியும் நேர்கோணத்தில் (90 டிகிரி) இருந்தால், தோஷமில்லை. நேர் கோணத்தில் இல்லாவிட்டால் தெருக் குத்து தோஷம் ஏற்படும்.

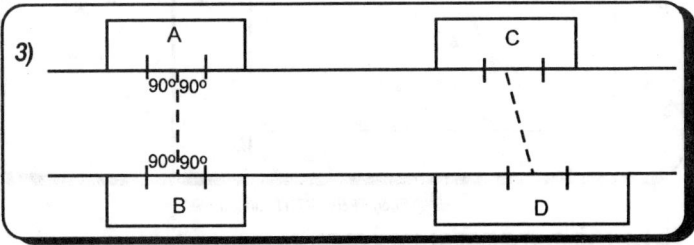

3)

ஒரே தெருவில் இருக்கும் இரண்டு வீடுகள் எதிர் எதிராக இருந்தால், அந்த இரு வீடுகளின் வாயிற்படி மையங்கள் இரண்டும் நேர்கோணத்தில் இருந்தால், எதிர் குத்து தோஷமில்லை. (உ-ம்) (A) (B) வீடுகள். எதிர் வீடுகள் இரண்டும் நேர்கோணத்தில் இல்லாவிட்டால், எதிர் குத்து தோஷமுண்டாகும். (உ-ம்) (C) (D) வீடுகள்)

4) கோயிலுக்கு நேர் எதிரே வீடு இருக்கக் கூடாது. அந்த வீட்டில் சுபிட்சம் இராது. வீட்டின் மேல், கோபுர நிழல் படுவது நன்மையைத் தராது. அந்த வீட்டின் தெரு சுவற்றில் மாடம் கட்டி, பிள்ளையாரை பிரதிஷ்டை செய்து தோஷ நிவர்த்தி செய்யலாம்.

5) வீடு இருக்கும் தெருவில், கோயில் இருந்தால், வீட்டின் உயரம், கோயில் கோபுரத்தைவிட உயரமாக இருக்கக் கூடாது.

தெருக் குத்து

வீடுகளுக்கு தெருக் குத்து இல்லாமல் இருப்பது நல்லது. அப்படி ஏதாவது ஏற்பட்டால் சில அமைப்புகள் நல்ல பலன்கள் தரக்கூடும். சில அமைப்புகள் தீய பலன்கள் தரக்கூடும்.

1. சுபபார்வை தரும் அமைப்புகள்

(a) கிழக்கு ஈசான்ய பார்வை

செல்வ வளர்ச்சியைத் தரும். பொதுவாக ஆண்களுக்கு செல்வம், செல்வாக்கு உயரும்.

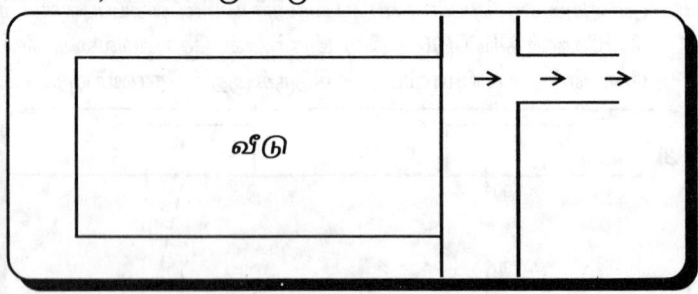

கிழக்கு ஈசான்ய பார்வை

(b) வடக்கு ஈசான்ய பார்வை

பொருளாதார சுபீட்சம் தரும். பொதுவாக பெண்களுக்கு எல்லாவித நன்மைகளையும் தரும்.

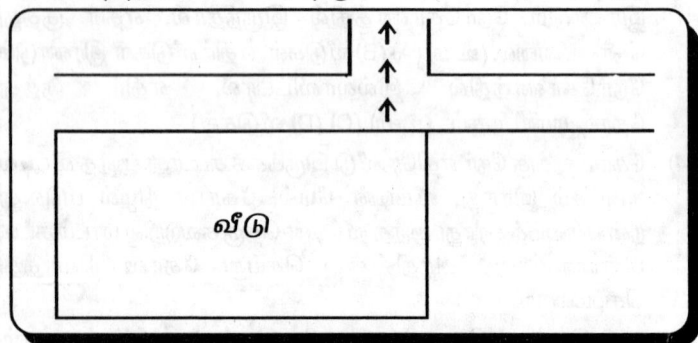

வடக்கு ஈசான்ய பார்வை

(c) தெற்கு அக்னி பார்வை

வாழ்க்கையில் தன்னம்பிக்கையையும், மகிழ்ச்சியையும் தரும். இளையவர்கள் முன்னேற்றம் காண்பார்கள்.

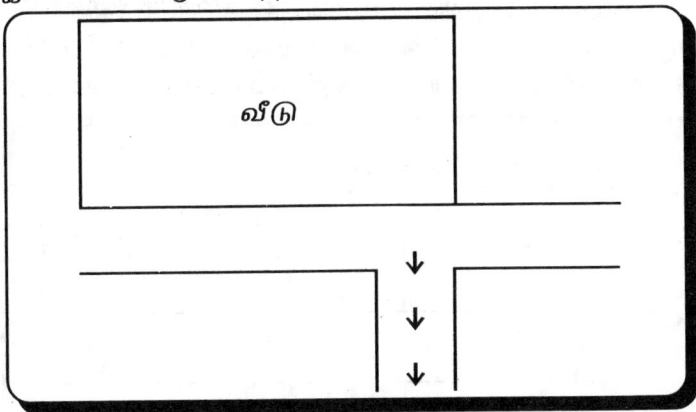

தெற்கு அக்னி பார்வை

(d) மேற்கு வாயு பார்வை

எடுத்த காரியங்கள் யாவும் வெற்றி பெறும்; திட்டங்கள் நிறைவு பெறும். செல்வமும் நற்பெயரும் கிடைக்கும்.

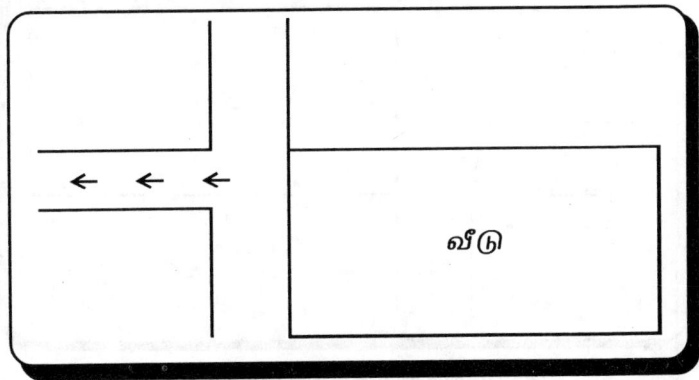

மேற்கு வாயு பார்வை

2. அசுப பலன்கள் தரும் அமைப்புகள்

(a,b) நிருதியின் தெற்கு, மேற்கு பார்வைகள்

கணவன், மனைவியிடையே வாழ்க்கையில் பிரச்சினைகள் எழும். நிம்மதியற்ற வாழ்க்கை, உடல் நலம் பாதிப்பு, தோல்விகள் தரும். தனவிரயங்கள் ஏற்படும். கடன் தொல்லைகள் யாவும் தரும்.

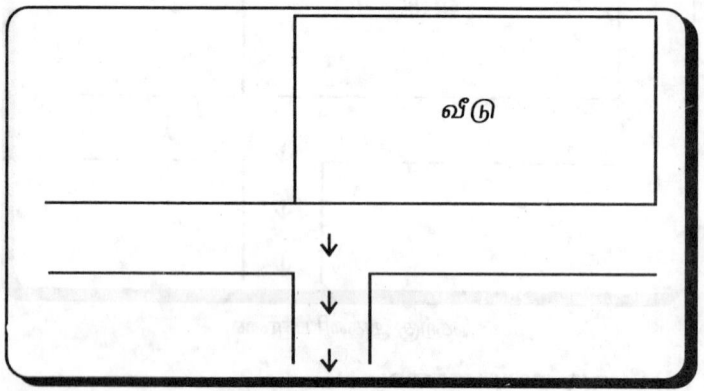

(a) நிருதியின் தெற்கு பார்வை

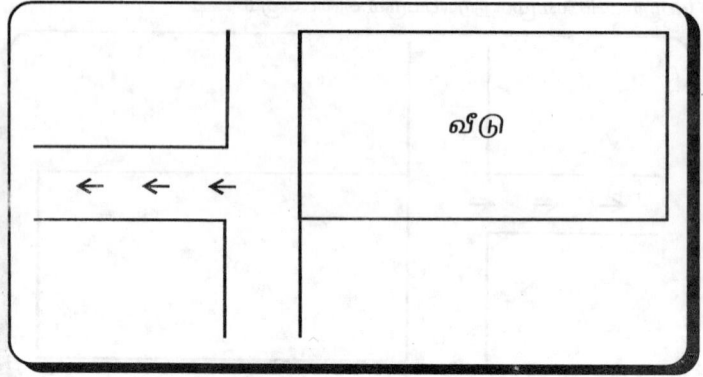

(b) நிருதியின் மேற்கு பார்வை

(c) வாயுவின் வடக்கு பார்வை

திட்டங்கள் தடைபடும், செல்வ வளர்ச்சி குன்றும், வீண் வழக்குகள், சண்டை சச்சரவுகள் ஏற்படுத்தும்.

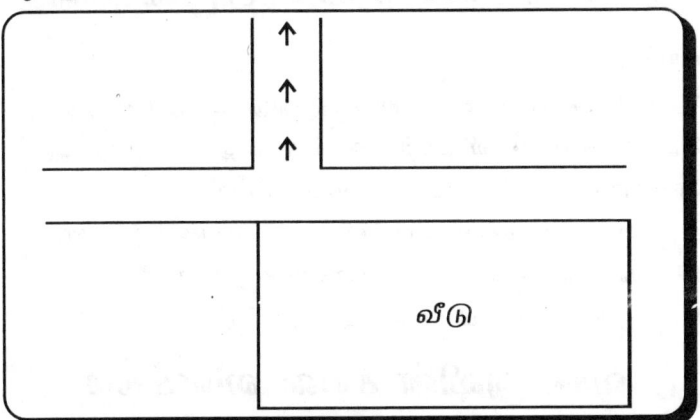

வாயுவின் வடக்கு பார்வை

(d) அக்னியின் கிழக்கு பார்வை

தொழில் பாதிப்பைத் தரும், சுபகாரியங்கள் தடைபடும், வாழ்க்கையில் குழப்பம், மனத்தளர்ச்சியைத் தரும்.

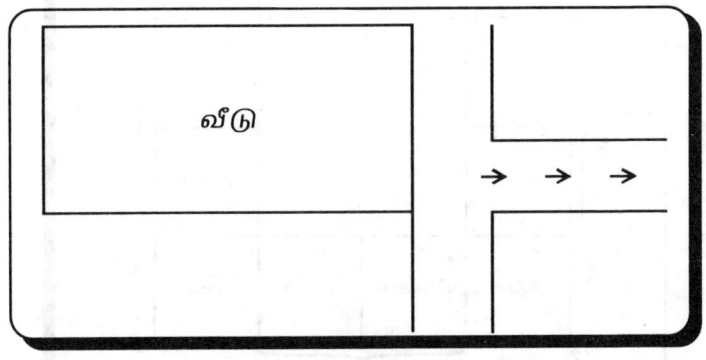

அக்னி கிழக்கு பார்வை

வாசற்கால் வைத்தல்

தலைவாசல் விடும் விதிமுறைகள்

வாஸ்துபுருஷன்

1. வயிற்றில் வாசல் விட்டால், சுகத்தோடு செல்வம் சேரும்
2. கையில் வாசல் விட்டால், கைக்குழந்தைக்கு மரணம் ஆகும்
3. மார்பில் வாசல் விட்டால், மனை எரிந்துபோகும்
4. தலையில் வாசல் விட்டால், வீட்டுத் தலைவனுக்கு ஆகாது
5. காலில் வாசல் விட்டால், மனைவிக்கு ஆகாது
6. முதுகில் வாசல் விட்டால், அரச பயம் தரும்

வாஸ்துவின் சயன விளக்கம்

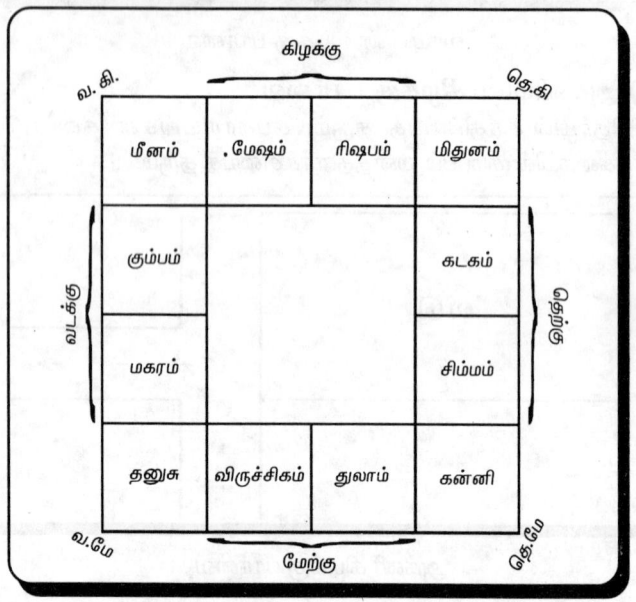

சுராவின் வாஸ்து சாஸ்திரம்

வாஸ்துவின் சயன விளக்கம்

வாஸ்து புருஷன், மாத ராசியில் கால்களை வைத்து, எதிராக உள்ள ஏழாம் வீட்டில் தலை வைத்தும் சயனிப்பார்.

	மாதம்	தலை	கால்	முகம்
1.	சித்திரை	மேற்கு	கிழக்கு	வடக்குமுகம்
2.	வைகாசி	மேற்கு	கிழக்கு	மேல்முகம்
3.	ஆனி	வடமேற்கு	தென்கிழக்கு	அதோமுகம்
4.	ஆடி	வடக்கு	தெற்கு	கிழக்குமுகம்
5.	ஆவணி	வடக்கு	தெற்கு	மேல்முகம்
6.	புரட்டாசி	வடகிழக்கு	தென்மேற்கு	அதோமுகம்
7.	ஐப்பசி	கிழக்கு	மேற்கு	தெற்குமுகம்
8.	கார்த்திகை	கிழக்கு	மேற்கு	மேல்முகம்
9.	மார்கழி	தென்கிழக்கு	வடமேற்கு	அதோமுகம்
10.	தை	தெற்கு	வடக்கு	மேற்கு முகம்
11.	மாசி	தெற்கு	வடக்கு	மேல்முகம்
12.	பங்குனி	தென்மேற்கு	வடகிழக்கு	அதோமுகம்

தலைவாசல் வைத்தல்

வாஸ்துவின்படி தலைவாசல் வைக்க

1. **ஆடி, ஆவணி மாதங்களில்** கிழக்குப் பார்த்த வாசற்படி வைக்கலாம்.

2. **ஐப்பசி, கார்த்திகை மாதங்களில்** தெற்குப் பார்த்த வாசற்படி வைக்கலாம்.

3. **தை, மாசி மாதங்களில்** மேற்குப் பார்த்த வாசற்படி வைக்கலாம்.

4. **சித்திரை, வைகாசி மாதங்களில்** வடக்குப் பார்த்த வாசற்படி வைக்கலாம்.

வாசற்கால் வைத்தல்

1. வடக்குப் பார்த்த வீட்டிற்கும், தெற்குப் பார்த்த வீட்டிற்கும் கிழக்குப் பகுதியில் வாசற்கால் வைக்க உத்தமம்.

2. கிழக்குப் பார்த்த வீட்டிற்கும், மேற்குப் பார்த்த வீட்டிற்கும் வடக்குப் பகுதியில் வாசற்கால் வைக்க உத்தமம்.

3. இதே முறைப்படி உள் அறைகளுக்கும் வாசற்கால் வைத்தல் நல்லதாகும்.

1)

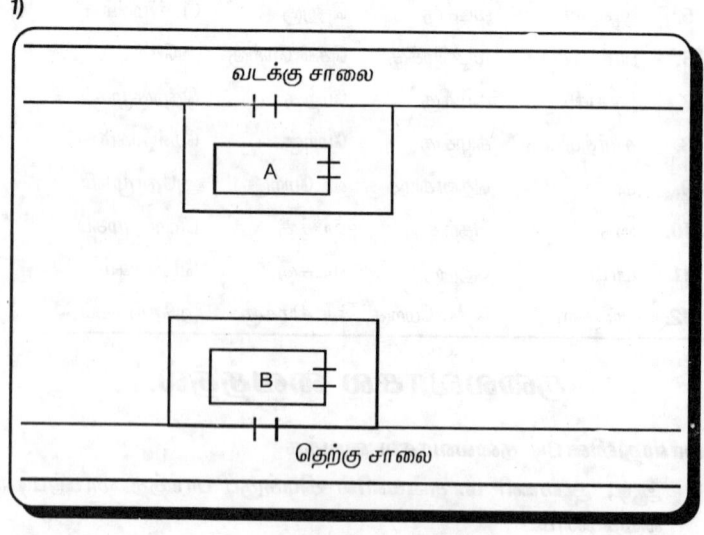

A - மனை வடக்கு பார்த்தது
    வீடு கிழக்கு பார்த்தது

B - மனை தெற்கு பார்த்தது
    வீடு கிழக்கு பார்த்தது

2)

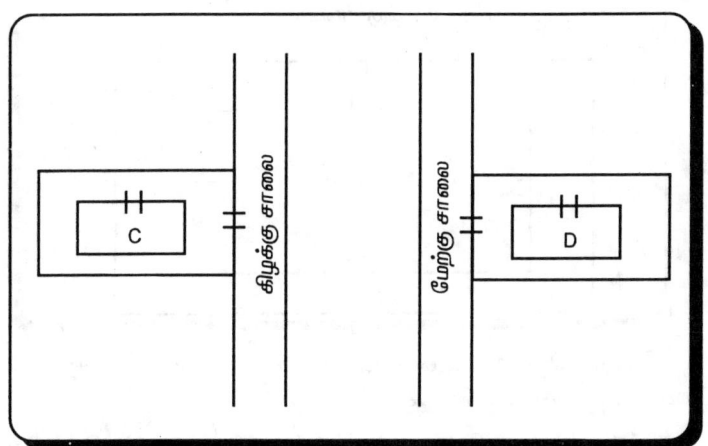

C - மனை கிழக்கு பார்த்தது
வீடு வடக்கு பார்த்தது

D - மனை மேற்கு பார்த்தது
வீடு வடக்குப் பார்த்தது

ABCD

(1) பொதுவான அம்சம் - வீடு கிழக்கு மேற்கே அதிக அளவு

(2) தெற்கே, மேற்கே குறைந்த காலியிடம்

3) இதே முறைப்படி உள் அறைகளுக்கும் வாசற்கால் வைத்தல் நல்லதாகும்.

5

4)

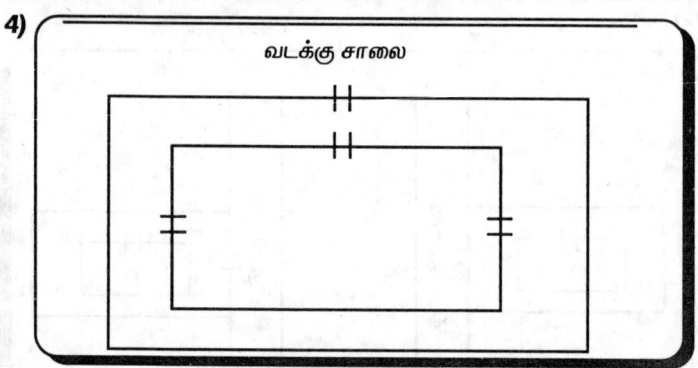

மேற்கு, கிழக்கு, வடக்கு மூன்று பக்கங்களிலும் வாசற்கால் வைத்தால், செல்வம் பெருகும்.

சுற்றியுள்ள காலிமனை வடக்கில் அதிகமாகவும், தெற்கில் குறைவாகவும், மேற்கில் குறைவாகவும் கிழக்கில் அதிகமாகவும் இருப்பது நல்ல அமைப்பாகும்.

5)

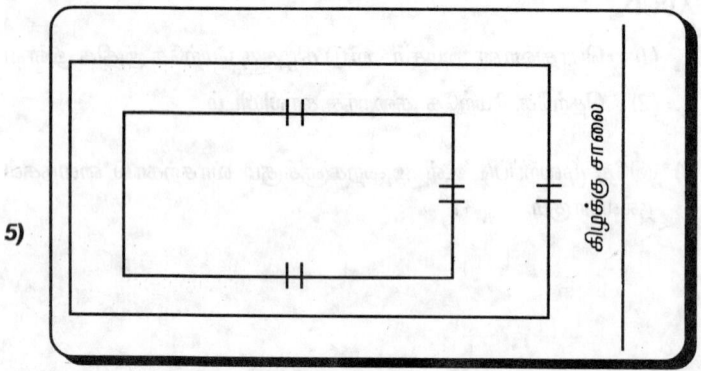

தெற்கு, கிழக்கு, வடக்கு மூன்று பக்கங்களிலும் வாசற்கால் வைத்தால் லட்சுமி வாசம் செய்வாள்.

சுற்றியும் உள்ள காலி மனை வடக்கிலும் கிழக்கிலும் அதிகமாகவும், தெற்கிலும் மேற்கிலும் குறைவாகவும் இருத்தல் நல்ல அமைப்பாகும்.

6)

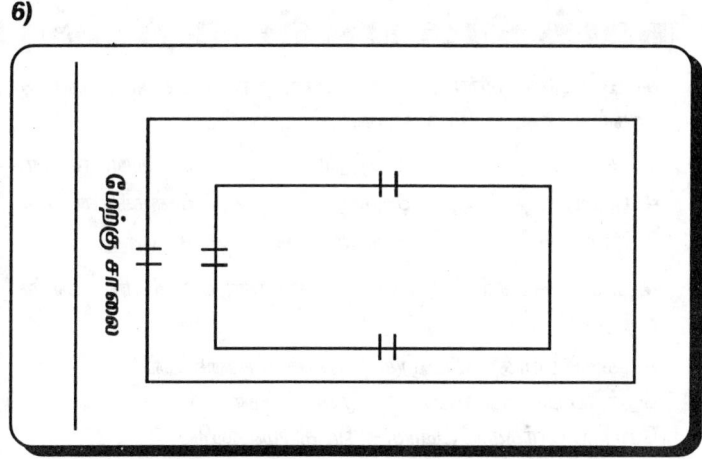

வடக்கு, மேற்கு, தெற்கு மூன்று பக்கங்களிலும் வாசற்கால் வைத்தால் திருடர் பயம் உண்டு. மாடு கன்றுகளுக்கு தீமை தரும்.

(7)

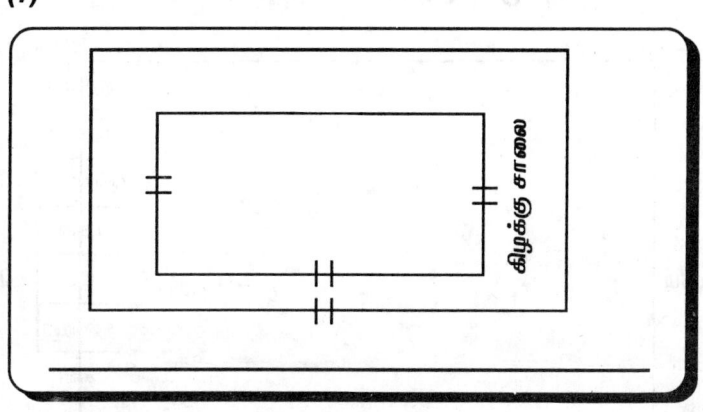

கிழக்கு, தெற்கு, மேற்கு மூன்று பக்கங்களிலும் வாசற்கால் வைத்தால் அரசாங்கத்தினால் தொல்லை ஏற்படும்.

நவக்கிரக பலன் அறிதல்

1. கட்டிடத்தின் முன்பாகத்தை, ஒன்பதாகப் பகுத்து, ஒன்பது பாகங்களாகப் பிரிக்க வேண்டும். முறையே

   1. சூரியன்   2. சந்திரன்   3. அங்காரகன்
   4. புதன்   5. குரு   6. சுக்கிரன்
   7. சனி   8. ராகு   9. கேது.

   4, 5, 6 பாகங்கள் (புதன், குரு, சுக்கிரன்) வாசற்கால் வைக்க உத்தமம்.

2. கிழக்குப் பார்த்த வீட்டிற்கு – ஈசான்ய மூலையில்
   தெற்குப் பார்த்த வீட்டிற்கு – அக்னி மூலையில்
   மேற்குப் பார்த்த வீட்டிற்கு – நிருதி மூலையில்
   வடக்குப் பார்த்த வீட்டிற்கு – வாயு மூலையில்

   ஆரம்பித்து, அளவிட்டு ஒன்பது பாகங்களாகப் பிரிக்க வேண்டும்.

கிழக்குப் பார்த்த வீடு

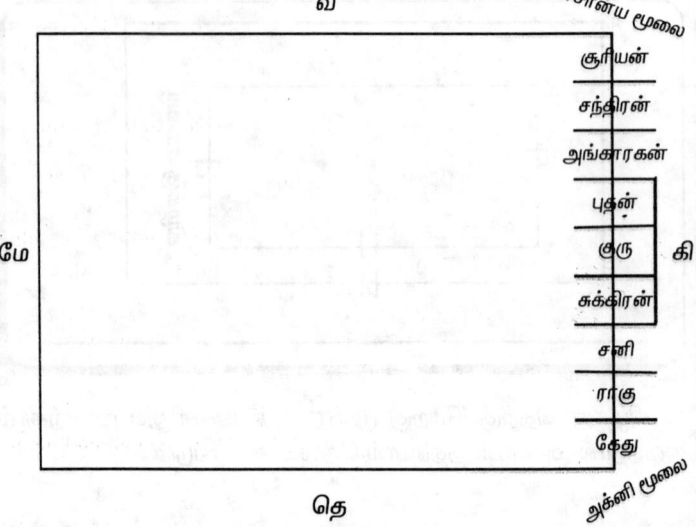

கிழக்குப் பார்த்த வீட்டிற்கு ஈசான்ய மூலையிலிருந்து அக்னி மூலை வரை அளந்து, அந்த பாகத்தை 9 ஆகப் பங்கிட்டு, சூரியன் முதல் கேது வரை கணக்கிடப்பட வேண்டும். புதன், குரு, சுக்கிரன் பகுதிக்குள் வாசற்கால் வைத்தல் உத்தமம்.

தெற்குப் பார்த்த வீடு

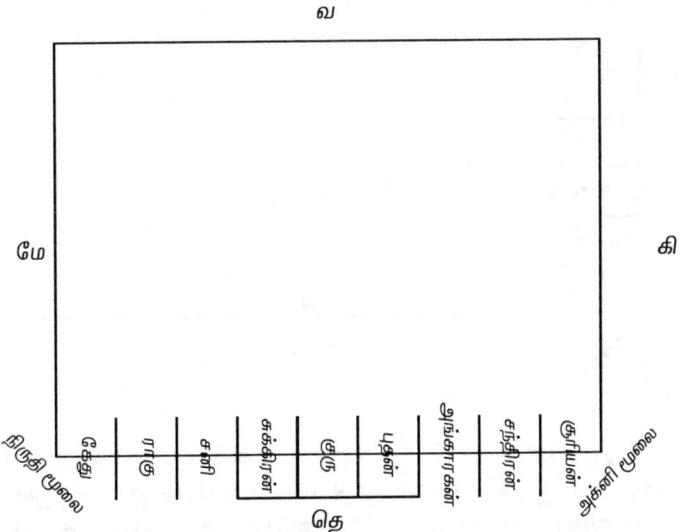

தெற்குப் பார்த்த வீட்டிற்கு அக்னி மூலையிலிருந்து நிருதி மூலை வரை அளந்து அந்த பாகத்தை 9 ஆகப் பங்கிட்டு, சூரியன் முதல் கேது வரை கணக்கிடப்பட வேண்டும். புதன், குரு, சுக்கிரன் பகுதிக்குள் வாசற்கால் வைத்தல் உத்தமம்.

மேற்குப் பார்த்த வீடு

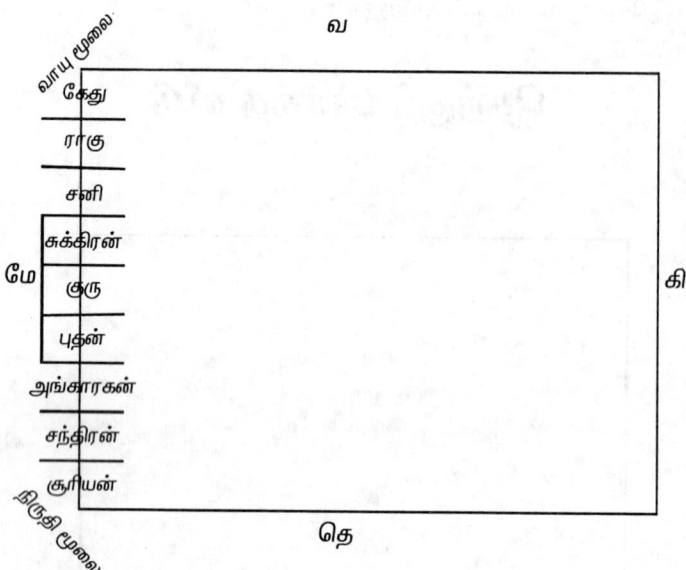

மேற்குப் பார்த்த வீட்டிற்கு நிருதி மூலையிலிருந்து வாயு மூலை வரை அளந்து அந்த பாகத்தை 9 ஆகப் பங்கிட்டு, சூரியன் முதல் கேது வரை கணக்கிடப்பட வேண்டும். புதன், குரு சுக்கிரன் பகுதிக்குள் வாசற்காலை வைத்தல் உத்தமம்.

வடக்குப் பார்த்த வீடு

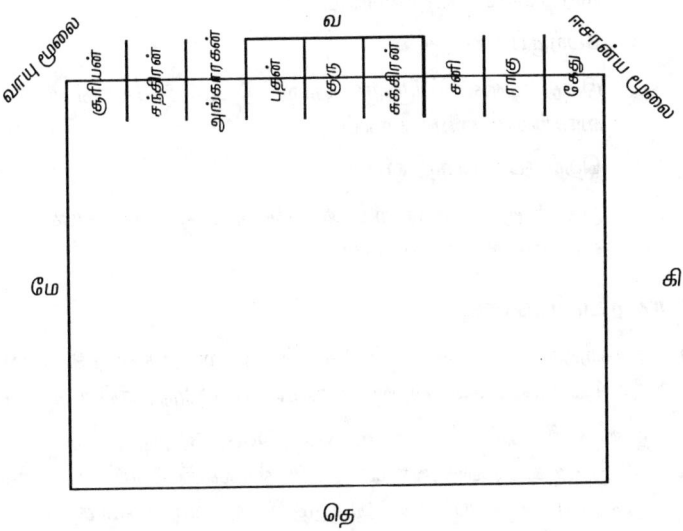

வடக்குப் பார்த்த வீட்டிற்கு வாயு மூலையிலிருந்து ஈசான்ய மூலை வரை அளந்து அந்த பாகத்தை 9 ஆகப் பங்கிட்டு, சூரியன் முதல் கேது வரை கணக்கிடப்பட வேண்டும். புதன், குரு, சுக்கிரன் பகுதிக்குள் வாசற்கால் வைத்தல் உத்தமம்.

திசை அறிதல்

1. கட்டிடத்தின் முன்பாகத்தை எட்டாகப் பிரித்து, சமபாகங்களாக அளவிட்டு நன்மை பயக்கக்கூடிய பாகங்களில் வாசற்கால் வைக்க உத்தமம்.

   1. **வடக்குப் பார்த்த வீடு**

      வாயு மூலையிலிருந்து அளவிட்டு 4, 5, 6 பாகங்களில் வாசற்கால் வைத்தல் நலம்.

2. கிழக்குப் பார்த்த வீடு

ஈசான்ய மூலையிலிருந்து அளவிட்டு 3, 4, 5, 6 பாகங்களில் வாசற்கால் வைத்தல் நலம்.

3. மேற்குப் பார்த்த வீடு

நிருதி மூலையிலிருந்து அளவிட்டு 3, 4, 5, 6 பாகங்களில் வாசற்கால் வைக்க நலம்.

4. தெற்குப் பார்த்த வீடு

அக்னி மூலையிலிருந்து அளவிட்டு 3, 4, 5, 6 பாகங்களில் வாசற்கால் வைக்க நலம்.

வாசற்கால் அளவு

1. வாசற்கால் 7 சாண் நீளம், 3 சாண் அகலம் அல்லது 9 சாண் நீளம், 5 சாண் அகலம் அளவு உள்ளதாக இருந்தால் உத்தமம்.

2. நுழைவாயிலின் வாசற்கால் (Main Door) 37 அங்குலம் முதல் 42 அங்குலம் வரை அகலம் இருப்பது நல்லது. நீளம் 3 பங்காக அல்லது 2 பங்காக இருத்தல் நல்லது. வாசற்கால், கீழ்படிக்கட்டைக் கொண்டதாக இருக்க வேண்டும்.

3. வாசற்கால் ஒரே மரத்தால் செய்யப்பட்டிருத்தல் உத்தமம்.

நல்ல நாட்கள்:

1. ரோகிணி, பூசம், அஸ்தம், சுவாதி, அனுஷம், திருவோணம், சதயம், உத்திரட்டாதி, ரேவதி – நல்ல நட்சத்திரங்களாகும்.

2. துதியை, திருதியை, பஞ்சமி, சப்தமி, தசமி, ஏகாதசி, திரயோதசி – நல்ல திதிகள்.

3. லக்கினத்திற்கு 8, 12ஆம் இடம் சுத்தமாக இருக்க வேண்டும்.

4. நல்ல கிழமைகள்: திங்கள், புதன், வியாழன், வெள்ளி.

தச்சு செய்தல் - ஆரம்பம்

1. **தச்சு வேலை செய்ய நல்ல நாட்கள்:** மிருகசீரிஷம், பூசம், உத்திரம், அஸ்தம், சித்திரை, அனுஷம், உத்திராடம், திருவோணம், அவிட்டம், சதயம், உத்திரட்டாதி ஆகிய 11 நட்சத்திரங்களில் தச்சு செய்ய உத்தமம்.
2. சுபவாரம், யோகம், கரணம் அறிந்து உரிமையாளருக்கு சந்திர பலன் உள்ள நாளில் தச்சு செய்ய ஆரம்பிக்க வேண்டும். (ஜன்ம ராசி முதல் அன்றைய ராசி, 1, 3, 7, 10, 11 ஆக இருந்தால் சந்திர பலன் உண்டு).
3. **தச்சு செய்ய சகுனம்:**

   பூசை செய்து தேங்காய் உடைக்கும்போது-

   1. சம வடிவாக உடைந்தால் நல்ல வாழ்வு தரும்.
   2. வட்டமாக மூடி பெருத்து உடைந்தால் செல்வம் சேரும்.
   3. அடி சிறுத்து சில்லு உள்ளே விழுந்தால் ரத்தினம் கிடைக்கும்.
   4. படியின் மேல் பிள்ளையார் போல் உடைந்தால் பாக்ய விருத்தி.
   5. கொப்பரை போல் ஓடு நீங்கி உடைந்தால் மத்திம வாழ்வு தரும்.
   6. மூன்றில் ஒரு பங்காக உடைந்தால் வாழ்வு நலியும்.
   7. தேங்காய் நொறுங்கி உடைந்தால், கெடுதல்.
   8. சில்லு தெறிந்து வீழ்ந்தால் ஆகாது.
   9. நீண்ட கீறல் விழுந்தால் கெடுதல்.
   10. தேங்காய்க் கண் தெரிந்தால், கெடுதல்.
   11. தேங்காய், தேரை அழுகல் ஆக இருந்தால் குடும்பத்துக்கு ஆகாது.

1. **வாசற் கால் செய்ய நல்ல மரங்கள்**

1. மாமரம்	-	தேவர்களுக்கு
2. வேப்ப மரம்	-	பிராமணர்களுக்கு
3. தேக்கு மரம்	-	அரசர்களுக்கு
4. இலுப்பைமரம்	-	வைசியர்களுக்கு
5. வேங்கை மரம்	-	வேளாளருக்கு

2. ஆண் மரம் (அடி, தலை ஒத்ததாக இருக்கும்) கால்களுக்கும் தூணுக்கும் நல்லது.

3. பெண் மரம் (அடி பெருத்திருக்கும்)
உத்தரம், வளை, போதிகைக்கும் ஆகும்.

4. அலி மரம் (தலை பெருத்திருக்கும்)
விட்டம், சட்டத்திற்கு ஆகும்.

5. உத்தம மரம் - கைகளுக்கு நல்லது.

1. ஆகாத மரங்கள்

1. அத்தி மரம் 2. அரச மரம் 3. ஆல மரம்
4. இலவ மரம் 5. இலந்தை மரம் 6. குச்ச மரம்
7. பீலி மரம் 8. புரச மரம் 9. மகிழ மரம்
10. விளா மரம்.

மேற்படி மரங்களில் வீடு கட்டினால், செல்வம் அழியும், வறுமையும் துன்பமும் சேரும். புத்திரபாக்கியத் தடையிருக்கும்.

2. கூடாத மரங்கள்

1. காற்றில் அடிபட்டு வீழ்ந்த மரம்
2. நெருப்பில் வெந்த மரம்
3. ஆற்றுவெள்ளத்தில் அடிபட்டு வீழ்ந்த மரம்
4. மயானத்து மரம்.

இவற்றை பயன்படுத்தினால் வறுமை தரும், வம்சம் அழியும்.

3. மரம் வெட்டுதல்

வீட்டிற்கு தேவையான மரங்கள் வெட்டப்படும் நாட்கள் நல்லவையாக இருக்க வேண்டும். நல்ல நாளில் வெட்டப்பட்டால், வெட்டப்பட்ட மரங்கள், நீடித்து உழைத்து வீட்டின் ஆயுளை உயர்த்தும், லட்சுமிகரமாக வீடு விளங்கும்.

மரம் வெட்டக்கூடாத நாட்கள்

(a) சூரியன், கிருத்திகையில் சஞ்சாரம் செய்யும் நாட்கள்
(b) சந்திரன், மகம், பூரம், உத்திரம், அஸ்தம், சித்திரை, சுவாதி, திருவோணம் நட்சத்திர பாதங்களில் சஞ்சரிக்கும் நாட்கள்.
(c) சுக்கிரன், திருவோணம், அவிட்டம் 3, 4 பாதங்கள், சதயம், பூரட்டாதியில் சஞ்சரிக்கும் நாட்கள்

வாசற் கதவு செய்தல்

1. **கதவு செய்வதற்கு நல்ல மரங்கள்**
    1. நாவல் மரம் – தேவர்களுக்கு
    2. வேப்ப மரம் – பிராமணர்களுக்கு
    3. தேக்கு மரம் – அரசர்களுக்கு
    4. இலுப்பை மரம் – வைசியர்களுக்கு
    5. வேங்கை மரம் – வேளாளர்களுக்கு
2. கூடாத மரம் : எட்டி மரம்
3. எல்லாக் கதவுகளும் ஒற்றையாயிருந்தால் நல்லது. பூஜை அறைக்கு மட்டும் இரட்டைக் கதவுகள் இருக்க வேண்டும்.
4. வீட்டில் உள்ள கதவுகளின் மொத்த எண்ணிக்கை இரட்டைப் படையில் இருத்தல் வேண்டும். அதே போன்று சன்னல்களும் அலமாரிகளும், இரட்டைப் படையில் இருக்க வேண்டும். (10, 30, 50 கூடாது).
5. கதவுகளும், சன்னல்களும் தெருவிலிருந்து புறக்கடை வரை ஒன்றுக்கொன்று நேர்கதியில் இருக்க வேண்டும்.
6. மாடியில் உள்ள எல்லாப் பகுதிகளிலும், கீழ்பகுதியில் உள்ளது போல அதே எண்ணிக்கையில் கதவுகளும், சன்னல்களும் இருக்க வேண்டும்.
7. வடக்குப் பார்த்த வீட்டிற்கு உள்ளறையின் கதவுகள், தெற்குப் பார்த்து இருக்கக் கூடாது.
8. வாசற்காலுக்கு இடதுபக்கம் கதவு பொருத்தப்பட வேண்டும்.
9. ஒற்றைக் கதவு நுழைவாயிலில் இருக்க வேண்டும்.
10. கதவுக்கு ஒற்றைப் படையில் பலகைகள் சேர்த்து செய்ய வேண்டும். (இரட்டை எண்ணிக்கையில் பலகைகள் சேர்க்கக் கூடாது)
11. மூடியிருக்கும் கதவை திறந்த நிலையில் விட்டால் -
    1. நிலையாக நின்றால் சுகவாழ்வு.
    2. தானே வந்து மூடிக்கொண்டால் உயிர்க்கு பயம் தரும்.
    3. சப்தத்தோடு கதவு மூடிக் கொண்டால், வீடு பாழாகும்.

அடுக்குமாடிக் குடியிருப்புகள்

மனையில் தனியாக வீடு கட்டுவது இன்று அரிதாகி வருகிறது. மனையின் விலையும், வீடு கட்டுமான செலவும், கட்டுப்படுத்த முடியாத நிலையில் இருப்பதால் பலரும் அடுக்குமாடிக் குடியிருப்புகளை நாடுகின்றனர்.

அடுக்கு மாடிகளில் எந்த அளவுக்கு சாத்திரங்களைப் பின்பற்ற முடியும் என்பதை ஆராய்வோம். இன்னும் சிலர் இரட்டை வீடுகளை (Twin Houses) வாங்குகின்றனர். அடுக்கு மாடிக் குடியிருப்புகள் (Flats), இரட்டை வீடுகளின் தொகுப்பு என்றே கொள்ளலாம். (Group of twin houses)

இந்த வீடுகள் சாத்திரத்தின் அடிப்படையில் அமைவது என்பது கடினமே. பல வீடுகள் கொண்ட தொகுப்பில், சில வீடுகள் சாத்திரப்படி அமைய சாத்தியக் கூறுகள் உள்ளன. ஆனாலும் குறைபாடு இல்லாத வீடுகளை, அடுக்கு மாடிக் குடியிருப்புகளில் காண முடியாது.

A - வீடு

படுக்கை அறை	-	வடக்கில் உள்ளது.
சமையலறை	-	ஈசான்யத்தில் உள்ளது.
குளியல் அறை	-	அக்னி மூலையில் உள்ளது.
கூடம்	-	தெற்குப் புறத்தில் உள்ளது.

B - வீடு

படுக்கை அறை	-	தெற்கில் உள்ளது.
சமையல் அறை	-	அக்னி மூலையிலுள்ளது.
குளியல் அறை	-	ஈசான்ய மூலையில் உள்ளது.
கூடம்	-	வட புறத்திலுள்ளது

A - வீடு

படுக்கை அறை B.R.I வாயு மூலையில் இருப்பது தம்பதிகளுக்கு ஆகாது.

சமையலறை - ஈசான்யத்தில் இருப்பது கூடாது.

அக்னி மூலையில், குளியலறை, கழிவறை இருப்பது கூடாது.

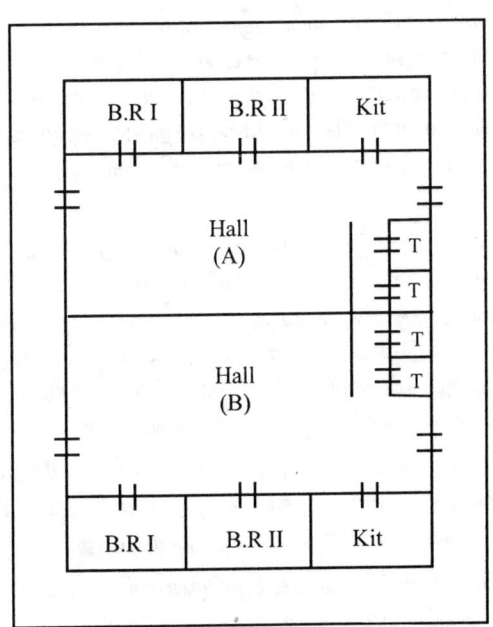

ஆக A பகுதி வீடு சாத்திரத்திற்கு உட்பட்டதல்ல.

B - வீடு

படுக்கை அறைகள் - சரியாக உள்ளன.

சமையலறை - சரியாக உள்ளது.

குளிக்கும் அறை } - ஈசான்யத்தில்
கழிவறை   இருப்பது நல்லதல்ல.

குளியலறை, கழிவறை குறைபாடு உள்ளது.

மற்றபடி உகந்ததாகும்.

இது போன்று இரட்டை வீடுகள் கட்டப்படுவதால், ஒரு பகுதியினருக்கு நன்மை பயக்கக்கூடியதாகவும், அடுத்த பகுதியினுக்கு தீமையைத் தருவதாகவும் உள்ளது.

இத்தகைய வீடுகள் ஒரு பகுதி நன்மையாகவும், மற்ற பகுதி தீமையாகவும் அமையும் இரட்டை வீடு போன்றே பல இரட்டை வீடுகள் கொண்டதே அடுக்கு மாடிக் குடியிருப்புகள். அந்தக் குடியிருப்பில் உள்ள சில வீடுகள் சாத்திரத்திற்கு உகந்ததாக இருக்கலாம். மற்றொரு பகுதி சாத்திரத்திற்கு விரோதமாக அமையும்.

அடி அளவுகள் எந்த அளவிற்கு நன்மை தருமாறு அமைக்கப் படும் என்று சொல்ல முடியாது. பல வீடுகள் கட்டுவதால், இதைப் பின்பற்றுவது கடினமே. மேலும், எப்படிப் பார்த்தாலும் எதிர் குத்துகள் ஏற்படுவதைத் தவிர்க்க முடியாது. இது ஒரு பெரிய தோஷம் ஆகும். வீடுகள் எதிர் எதிராகக் கட்டப்படுவதால் எதிர் குத்து இல்லாமல் பார்த்துக் கொள்ள வேண்டும்.

இதையெல்லாம் கருத்தில் கொண்டு யோசித்தால், அடுக்குமாடிக் குடியிருப்புகள் சாத்திர முறையை பின்பற்றி கட்டப்படுகிறதா என்பதை நினைக்கவும் முடியாது.

இருப்பினும், அடுக்குமாடிக் குடியிருப்புகள் கட்டுவோர், கட்டிடம் கட்ட திட்டமிடும்போதே, சற்று கவனமாக செயல்பட்டால், நன்மை தரக்கூடிய அடி அளவுகளில் வீடுகள் கட்டலாம். வாசற்கால் வைப்பதும், நவக்கிரக பயனறிந்து செய்யலாம். எதிர் குத்து எதுவும் ஏற்படாதவாறு கவனத்தில் கொண்டு ஜன்னல்கள், அலமாரிகள் அமைக்கலாம். இதனால் 60 விழுக்காடு, வீட்டில் குறைபாடுகள் இல்லாமல் கட்ட முடியும்.

வீட்டின் அமைப்பு, அதாவது சமையலறை, படுக்கையறைகள் எங்கெங்கு வைப்பது என்று சாத்திரத்திற்கு விரோதமில்லாமல் முன்கூட்டியே திட்டமிடலாம். இந்தக் கருத்தினை கவனத்தில் வைத்தால் கெடுதல் பலன்கள் இல்லாதவாறு வீடுகள் கட்டலாம். நற்பலன்கள் இல்லாவிட்டாலும் கெடுதல் பலன்களைத் தவிர்க்கலாம்.

கிரகப் பிரவேசம்

1. **நல்ல மாதங்கள்:**
    சித்திரை, வைகாசி, ஆவணி, ஐப்பசி, கார்த்திகை, தை.
2. **நல்ல நட்சத்திரங்கள்:**
    ரோகிணி, திருவாதிரை, பூசம், உத்திரம், உத்திராடம், திருவோணம், அவிட்டம், சதயம், உத்திரட்டாதி.
3. **நல்ல திதிகள்:**
    துதியை, திருதியை, பஞ்சமி, சப்தமி, தசமி, ஏகாதசி, திரயோதசி.
4. **நல்ல லக்கினங்கள்:**
    ரிஷபம், மிதுனம், சிம்மம், கன்னி, துலாம், தனுசு, கும்பம், மீனம்.
5. **குரு, சுக்கிரன்:** அஸ்தமனம் கூடாது.
6. **வெள்ளி:** எதிர் கூடாது.
7. **லக்கினத்திற்கு:** 8, 12ஆம் இடம் சுத்தம்.
8. **சூரியன் இருக்கும் ராசிக்கு:** 4வது ராசி, சுப ராசி, அபிஜித் முகூர்த்தம் ஆகும்.

கிரகப் பிரவேசத்தில் கவனிக்கப்பட வேண்டிய முக்கிய அம்சங்கள்

1. கிரகப் பிரவேசம் சூரிய உதயத்திற்கு முன்பு நடை பெற வேண்டும்.
2. வீட்டுக்குரிமையுடைய கணவனும் மனைவியும் அமர்ந்து, கணபதி ஹோமம் செய்விக்க வேண்டும். நவக்கிரக சாந்தி பூஜை செய்வது அவசியம்.
3. ஹோமத் தீயின் பொறியைக்கொண்டு அடுப்பைப் பற்ற வைக்க வேண்டும். பால் காய்ச்ச வேண்டும்.
4. பசுவை வரவழைத்து பூஜை செய்ய வேண்டும்.

எட்டு மாதிரி வரைபடங்கள் இணைக்கப்பட்டுள்ளன

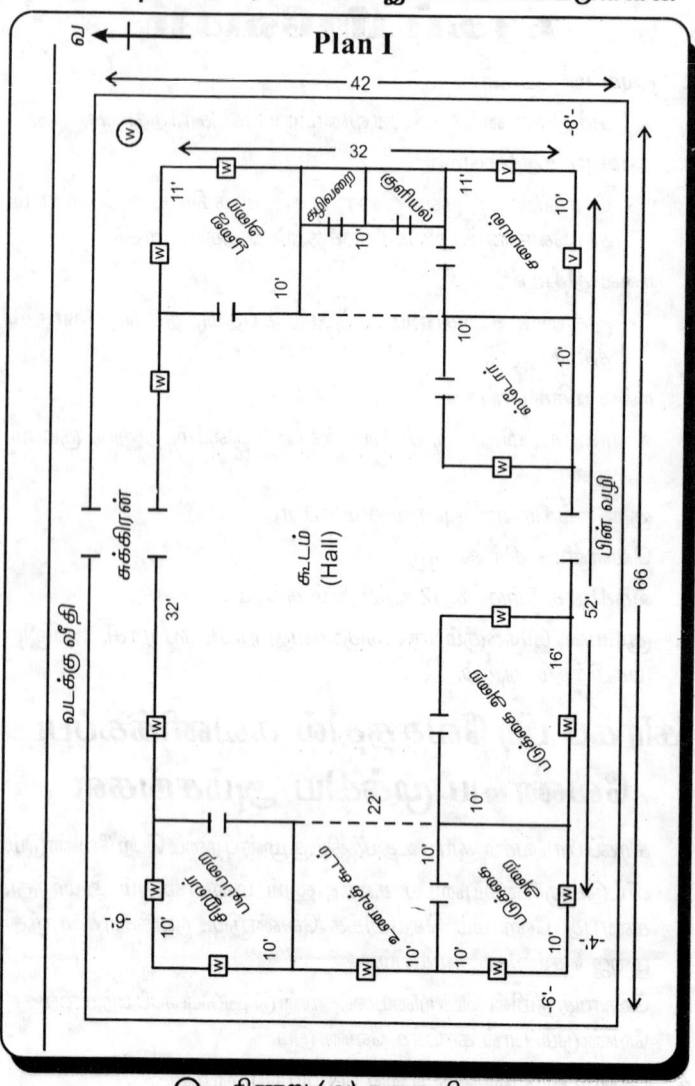

ⓦ - கிணறு (அ) துளை கிணறு

வரைபடம் I

வடக்கு வீதி

வடக்குப் பார்த்த வீடு

மனையின் அளவு : 42 × 66
வீட்டின் அளவு : 32 × 52
= 1664 ச. அடி பரப்பு

மனையின் அளவும், வீட்டின் அளவும்
நன்மை தரக்கூடிய அடி அளவுகள்

வீட்டின் நுழைவாயில் - **சுக்கிரன் வாயில்**
சுற்றியுள்ள காலியிடங்கள்
தெற்கு, மேற்கு - குறைவான அளவுகள்.
வடக்கு, கிழக்கு - அதிகமான அளவுகள்.

வீட்டின் வாசற்கால், ஜன்னல்கள்
எல்லாம் நேருக்கு நேராக, எதிர்குத்து
இல்லாமல் குறிக்கப்பட்டுள்ளது.

உள்பகுதிகள் யாவும் சாத்திரப்படி அந்தந்த
இடங்களில் அமைக்கப்பட்டுள்ளன.
புறவாயில் - தெற்கு

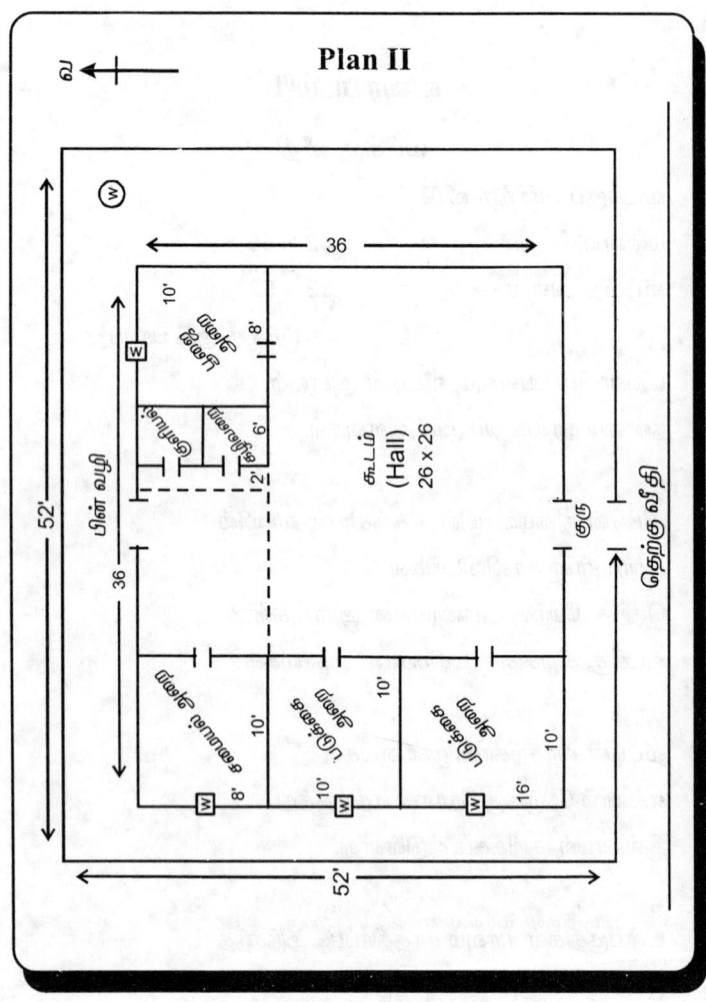

Plan II

Ⓦ - கிணறு (அ) துளை கிணறு

வரைபடம் II

தெற்கு வீதி

தெற்குப் பார்த்த வீடு

மனையின் அளவு : 52 × 52'
வீட்டின் அளவு : 36 × 36'
= 1296 ச. அடி பரப்பு

மனையின் அளவும், வீட்டின் அளவும்
நன்மை தரக்கூடிய அடி அளவுகள்.

வீட்டின் நுழைவாயில் - **குரு வாயில்**
சுற்றியுள்ள காலியிடங்கள்
தெற்கு, மேற்கு - குறைவாக உள்ளன.
வடக்கு, கிழக்கு - அதிகமாக உள்ளன.

வீட்டின் வாயில்கள், ஜன்னல்கள் எல்லாம்
நேருக்கு நேராக, எதிர்குத்து இல்லாமல்
குறிக்கப்பட்டுள்ளது.

உட்பகுதிகள் யாவும் சாத்திரப்படி அந்தந்த
இடங்களில் அமைக்கப்பட்டுள்ளன.
புறவாயில் - வடக்கு

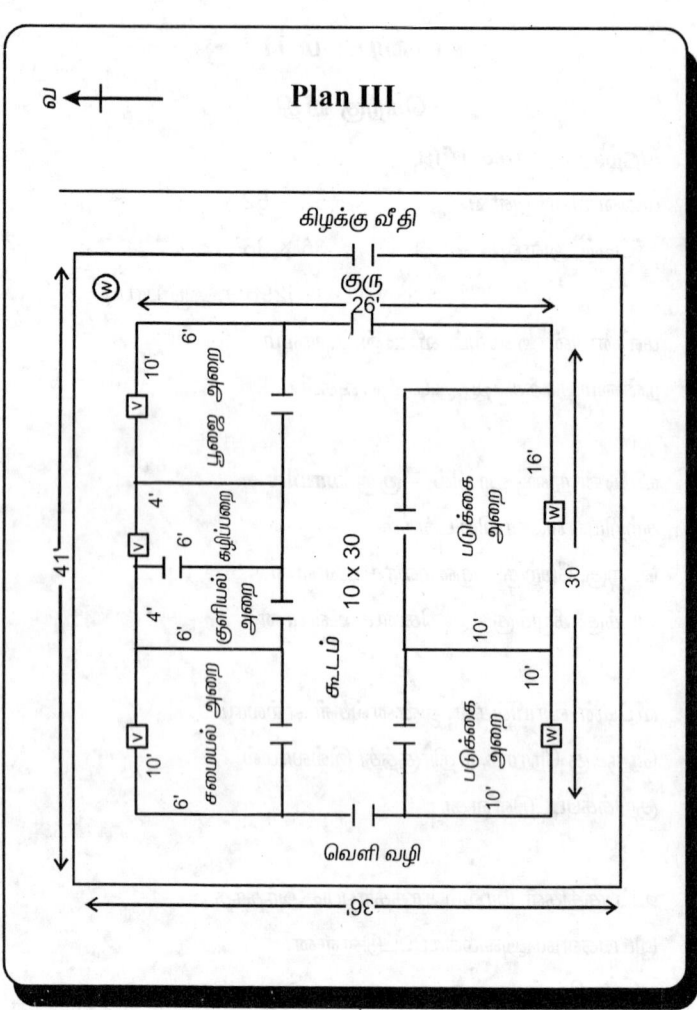

Plan III

Ⓦ - கிணறு (அ) துளை கிணறு

வரைபடம் III

கிழக்கு வீதி

கிழக்குப் பார்த்த வீடு

மனையின் அளவு : 36 × 41'
வீட்டின் அளவு : 26 × 30'
= 780 ச. அடி பரப்பு

மனையின் அளவும், வீட்டின் அளவும்
நன்மை தரக்கூடிய அடி அளவுகள்.

வீட்டின் நுழைவாயில் - **குரு வாயில்**
சுற்றியுள்ள காலியிடங்கள்
தெற்கு, மேற்கு - குறைவாகவும்
வடக்கு, கிழக்கு - அதிகமாகவும் உள்ளன.

வீட்டின் வாயில்கள், ஜன்னல்கள்
எல்லாம் நேருக்கு நேராக, எதிர்குத்து
இல்லாமல் குறிக்கப்பட்டுள்ளது.

உள்பகுதிகள் யாவும் சாத்திரப்படி அந்தந்த
இடங்களில் அமைக்கப்பட்டுள்ளன.
புறவாயில் - மேற்கு

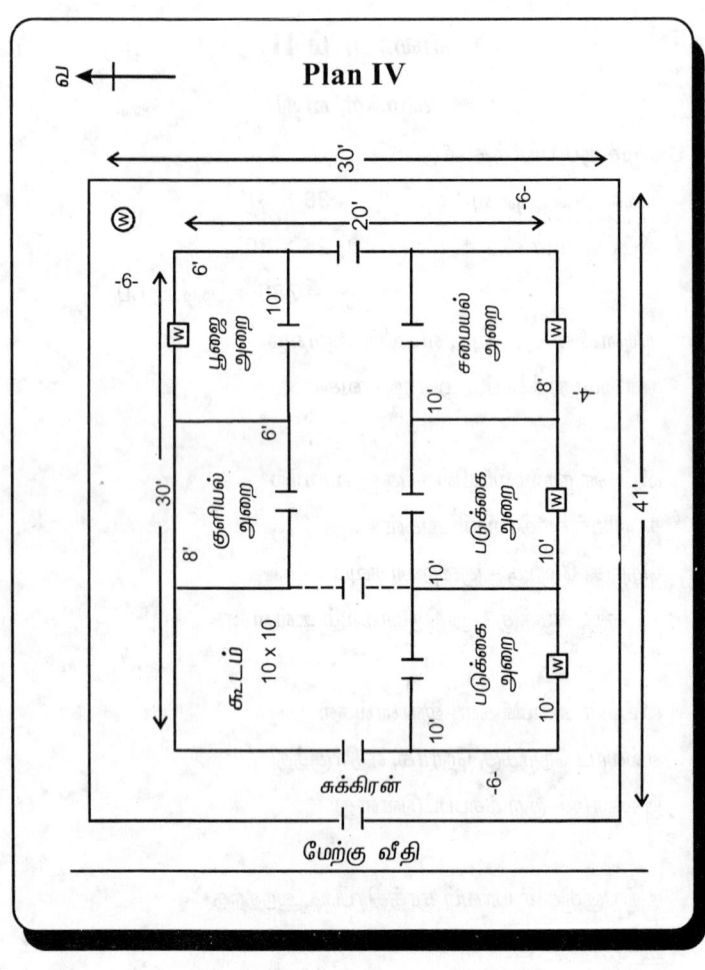

Plan IV
வ
30'
20'
பூஜை அறை
குளியல் அறை
கூடம்
10 x 10
சமையல் அறை
படுக்கை அறை
படுக்கை அறை
41'
சுக்கிரன்
மேற்கு வீதி

Ⓦ - கிணறு (அ) துளை கிணறு

வரைபடம் IV

மேற்கு வீதி

மேற்குப் பார்த்த வீடு

மனையின் அளவு : 30 × 41'
வீட்டின் அளவு : 20 × 30'
= 600 ச. அடி பரப்பு

மனையின் அளவும், வீட்டின் அளவும்
நன்மை தரக்கூடிய அடி அளவுகள்.

வீட்டின் நுழைவாயில் - **சுக்கிர வாயில்**

சுற்றியுள்ள காலியிடங்கள்
தெற்கு, மேற்கு - குறைவாக உள்ளன.
வடக்கு, கிழக்கு - அதிகமாக உள்ளன.

வீட்டின் வாயில்கள், ஜன்னல்கள் எல்லாம்
நேருக்கு நேராக, எதிர்குத்து இல்லாமல்
குறிக்கப்பட்டுள்ளன.

உள்பகுதிகள் யாவும் சாத்திரப்படி அந்தந்த
இடங்களில் அமைக்கப்பட்டுள்ளன.
புறவாயில் - கிழக்கு

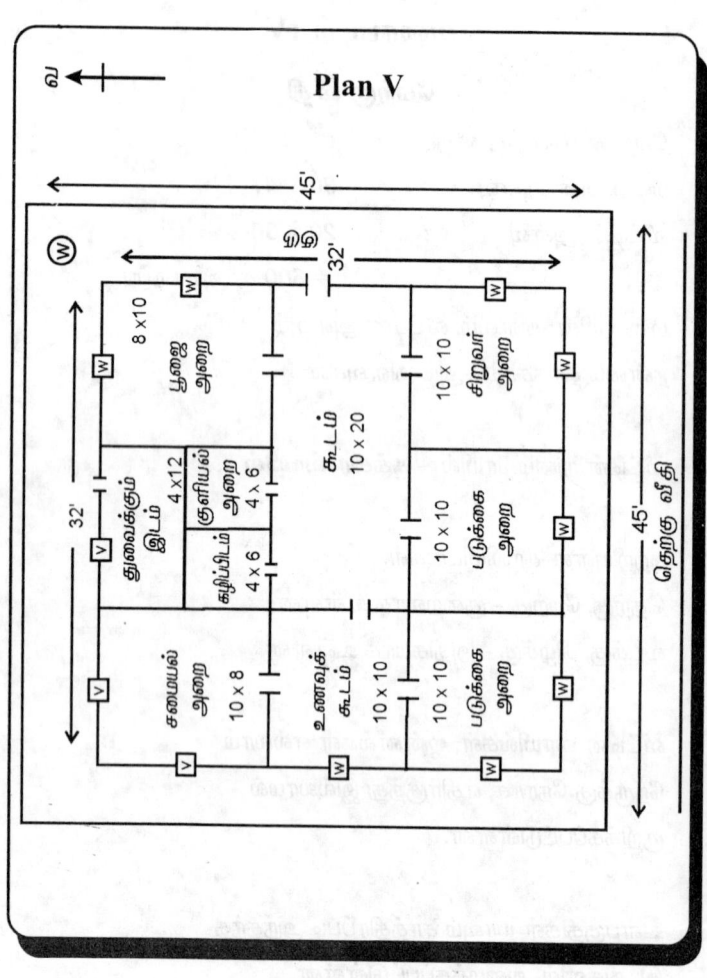

Plan V
வ
45'
கி
32'
பூஜை அறை
8 x10
சிறுவர் அறை
10 x 10
கூடம்
10 x 20
துவைக்கும் இடம்
4 x12
குளியல் அறை
4 x 6
கழிப்பிடம்
4 x 6
படுக்கை அறை
10 x 10
சமையல் அறை
10 x 8
உணவுக் கூடம்
10 x 10
படுக்கை அறை
10 x 10
32'
45'
தெற்கு வீதி

Ⓦ - கிணறு (அ) துளை கிணறு

வரைபடம் V

தெற்கு வீதி

கிழக்குப் பார்த்த வீடு

மனையின் அளவு   :   45 × 45'
வீட்டின் அளவு   :   32 × 32'
                  = 1024 ச. அடி பரப்பு

மனையின் அளவும், வீட்டின் அளவும்
நன்மை தரக்கூடிய அடி அளவுகள்.

வீட்டின் நுழைவாயில் - **குரு வாயில்**

சுற்றியுள்ள காலியிடங்கள்
தெற்கு, மேற்கு - குறைவாக உள்ளன.
வடக்கு, கிழக்கு - அதிகமாக உள்ளன.

வீட்டின் வாயில்கள், ஜன்னல்கள் எல்லாம்
நேருக்கு நேராக, எதிர்குத்து இல்லாமல்
குறிக்கப்பட்டுள்ளன.

உள்பகுதிகள் யாவும் சாத்திரப்படி அமைந்துள்ளன.
புறவாயில் - வடக்கு

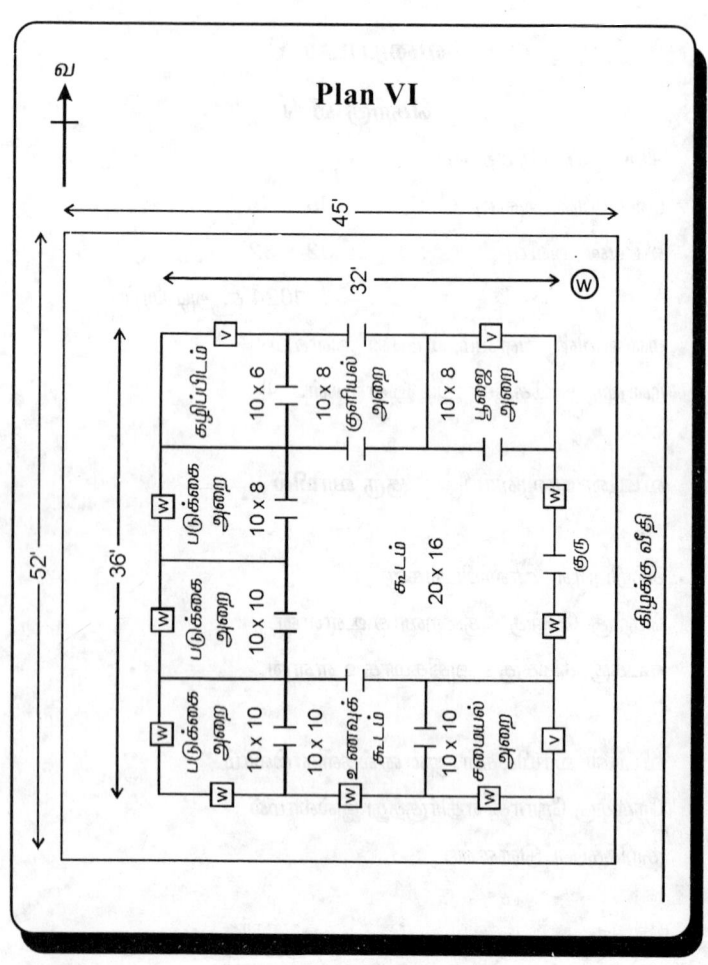

Plan VI
வ
45'
32'
52'
36'
கழிப்பிடம்
10 x 6
10 x 8
குளியல் அறை
10 x 8
பூஜை அறை
படுக்கை அறை
10 x 8
படுக்கை அறை
10 x 10
படுக்கை அறை
10 x 10
கூடம்
20 x 16
10 x 10
உணவுக் கூடம்
10 x 10
சமையல் அறை
கிழக்கு வீதி
W
V

Ⓦ - கிணறு (அ) துளை கிணறு

வரைபடம் VI

கிழக்கு வீதி

கிழக்குப் பார்த்த வீடு

மனையின் அளவு : 52 × 45'
வீட்டின் அளவு : 36 × 32'
= 1152 ச. அடி பரப்பு

மனையின் அளவும், வீட்டின் அளவும்
நன்மை தரக்கூடிய அடி அளவுகள்.

வீட்டின் நுழைவாயில் - **குரு வாயில்**

சுற்றியுள்ள காலியிடங்கள்
தெற்கு, மேற்கு - குறைவாக உள்ளன.
வடக்கு, கிழக்கு - அதிகமாக உள்ளன.

வீட்டின் வாயில்கள், ஜன்னல்கள் எல்லாம்
நேருக்கு நேராக, எதிர்குத்து இல்லாமல்
குறிக்கப்பட்டுள்ளன.

உள்பகுதிகள் யாவும் சாத்திரப்படி அந்தந்த
இடங்களில் அமைக்கப்பட்டுள்ளன.
புறவாயில் - வடக்கு

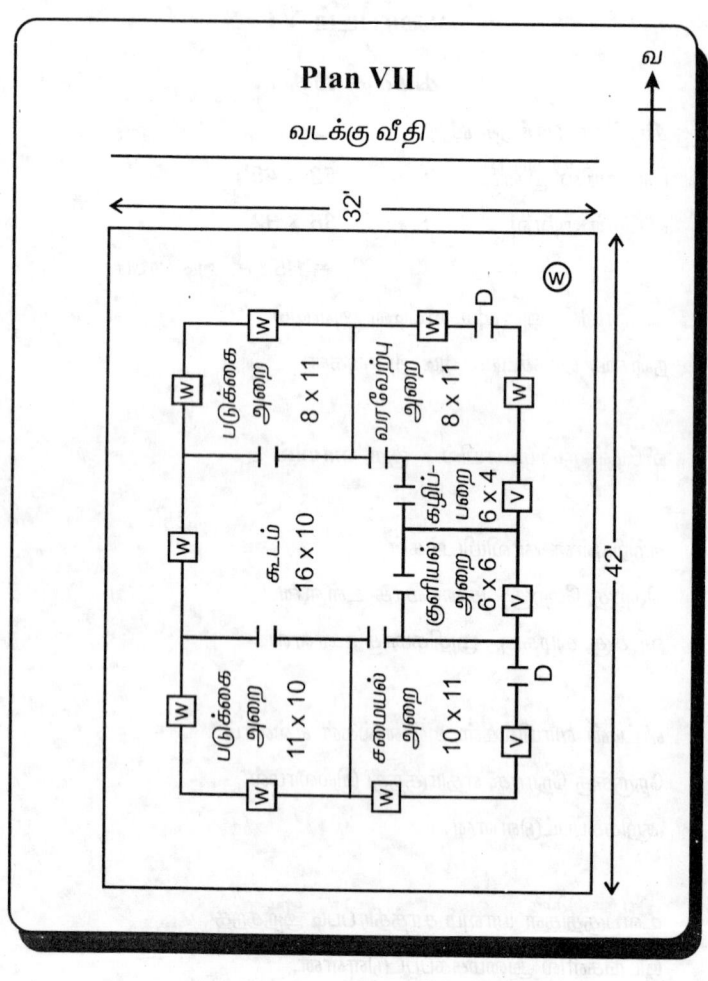

Plan VII

(W) - கிணறு (அ) துளை கிணறு

வரைபடம் VII

வடக்கு வீதி

வடக்குப் பார்த்த வீடு

மனையின் அளவு : 32 × 42'
வீட்டின் அளவு : 22 × 30'
   = 660 ச. அடி பரப்பு

மனையின் அளவும், வீட்டின் அளவும்
நன்மை தரக்கூடிய அடி அளவுகள்.

வீட்டின் நுழைவாயில் - **வடக்கு ஈசான்யம் சுபம் தரும்.**

சுற்றியுள்ள காலியிடங்கள்
தெற்கு, மேற்கு - குறைவாக உள்ளன.
வடக்கு, கிழக்கு - அதிகமாக உள்ளன.

வீட்டின் வாயில்கள், ஜன்னல்கள் எல்லாம்
நேருக்கு நேராக, எதிர்குத்து இல்லாமல்
குறிக்கப்பட்டுள்ளன.

உள்பகுதிகள் யாவும் சாத்திரப்படி அந்தந்த
இடங்களில் அமைக்கப்பட்டுள்ளன.
புறவாயில் - கிழக்கு

Plan VIII

Ⓦ - கிணறு (அ) துளை கிணறு

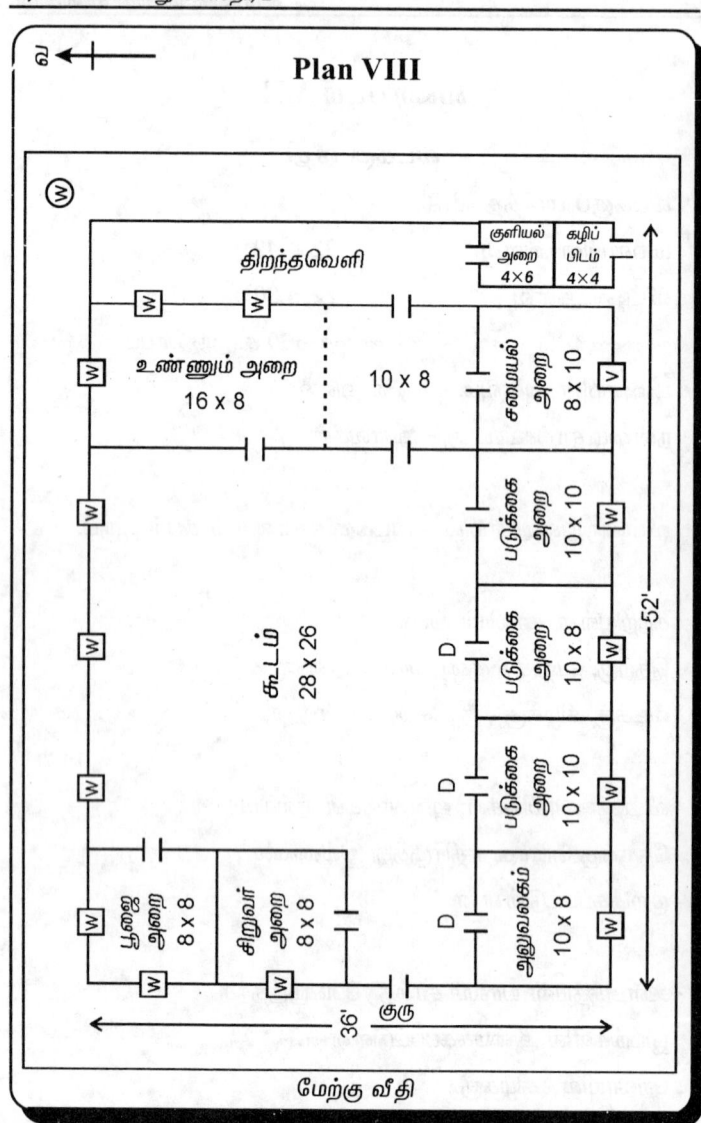

வரைபடம் VIII

மேற்கு வீதி

மேற்குப் பார்த்த வீடு

மனையின் அளவு : 64 × 45'

வீட்டின் அளவு : 52 × 36'

= 1872 ச. அடி பரப்பு

மனையின் அளவும், வீட்டின் அளவும்
நன்மை தரக்கூடிய அடி அளவுகள்.

வீட்டின் நுழைவாயில் - **குரு வாயில்**

சுற்றியுள்ள காலியிடங்கள்
தெற்கு, மேற்கு - குறைவாக உள்ளன.
வடக்கு, கிழக்கு - அதிகமாக உள்ளன.

வீட்டின் வாயில்கள், ஜன்னல்கள் எல்லாம்
நேருக்கு நேராக, எதிர்குத்து இல்லாமல்
குறிக்கப்பட்டுள்ளன.

உள்பகுதிகள் யாவும் சாத்திரப்படி அந்தந்த
இடங்களில் அமைக்கப்பட்டுள்ளன.
ஈசான்யப் பகுதி - திறந்தவெளி நன்மைத் தரும்.
புறவாயில் - கிழக்கு

முடிவுரை

உண்ண உணவும், உடுக்க உடையும், இருக்க இடமும் மனிதனுக்கு அத்தியாவசியமாகும். உணவு பசியைத் தீர்ப்பதற்கு மட்டுமல்ல, உடலுக்கு நலத்தையும், வலிமையும், வனப்பையும் பெறுவதற்கே. உடை உடுப்பது தட்ப வெப்பத்திலிருந்து காத்துக் கொள்ளுவதற்காக மட்டுமல்ல, தோற்றத்தில் பொலிவு பெறுவதற்கும் ஆகும். இருக்க வீடு, பாதுகாப்புக்கு மட்டுமல்ல, அமைதியும் ஆனந்தமும் சுபீட்சமும் அடைவதற்கும் ஆகும்.

வீடு கட்டுவதில் அலங்காரமும் ஆடம்பரமும் முன்னிற்கின்றன. எளிமையும் பயன்பாடும் தான் முக்கியம். சாத்திரத்திற்கு விரோதமாக பல வீடுகள் அமைந்து விடுகின்றன, அதனால் ஏற்படக்கூடிய சங்கடங்களைத் தவிர்க்க, பல வீடுகளின் வாயிலில். மாடம் கட்டி, பிள்ளையாரை வைத்து வணங்குகின்றனர்.

முன்னெச்சரிக்கையுடன் செயல்பட்டால் மிகவும் உத்தமமாகும். மனையின் அமைப்பு, மனையின் லட்சணம் கவனிக்க வேண்டும். கட்டப்படும் வீடு எவ்வாறு அமைய வேண்டும். நலம் தரும் அடி அமைப்புகளை கவனிக்க வேண்டும். நவக்கிரக பலன் அறிந்து வாசற்கால் வைக்க வேண்டும். எதிர் குத்துகள் ஏதுமில்லாமல் பார்த்துக்கொள்ள வேண்டும். வாசற்கால் அளவு, கதவின் அமைப்புகள் சாத்திரத்தின் அடிப்படையில் நிர்ணயித்தல் வேண்டும். வீட்டின் அமைப்பு, எங்கெங்கு எந்தெந்த அறைகள் இருக்க வேண்டும் என்பதை, சாத்திரத்தின்படி நிர்ணயிக்க வேண்டும்.

நன் முறையில் வீடு கட்டி, பதினாறு பேறும் பெற்று வாழ வேண்டும். வீடுகள் செழிக்க, நாடுகள் செழிக்கும்.

அன்புடன்

தொ. சி. குப்புசாமி

❋ ❋ ❋